BESTACTIVITYBOOKS.COM

PREMIERE ÉDITION

Dépôt légal, 2022

Illustration Graphique Extra: www.freepik.com
Merci à Alekksall, Starline, Pch.vector, Rawpixel.com,
Vectorpocket, Dgim-studio, Upklyak, Macrovector,
Stockgiu, Pikisuperstar & Freepik.com Designers

Découvrez des Jeux Gratuits en Ligne

Disponible Ici :

BestActivityBooks.com/FREEGAMES

5 ASTUCES POUR DÉMARRER !

1) COMMENT RÉSOUDRE LES MOTS MÊLÉS

Les puzzles sont dans un format classique :

- Les mots sont cachés sans espaces, tirets, ...
- Orientation : Les mots peuvent être écrits en avant, en arrière, vers le haut, vers le bas ou en diagonale (ils peuvent être inversés).
- Les mots peuvent se chevaucher ou se croiser.

2) UN APPRENTISSAGE ACTIF

Un espace est prévu à côté de chaque mots pour noter la traduction. Pour favoriser un apprentissage actif un **DICTIONNAIRE** à la fin de cette édition vous permettra de vérifier et étendre vos connaissances. Cherchez et notez les traductions, trouvez-les dans le Puzzle et ajoutez-les à votre vocabulaire !

3) MARQUEZ LES MOTS

Vous pouvez inventer votre propre système de marquage. Peut-être en utilisez-vous déjà un ? Sinon, vous pourriez, par exemple, marquer les mots qui ont été difficiles à trouver d'une croix, ceux que vous avez aimés d'une étoile, les mots nouveaux d'un triangle, les mots rares d'un diamant, etc...

4) STRUCTUREZ VOTRE APPRENTISSAGE

Cette édition vous offre un **CARNET DE NOTES** très pratique à la fin du livre. En vacances ou en voyage ou à la maison, vous pouvez facilement organiser vos nouvelles connaissances sans avoir besoin d'un second bloc-notes !

5) VOUS AVEZ FINI TOUTES LES GRILLES ?

Allez à la section bonus **CHALLENGE FINAL** pour trouver un jeu gratuit à la fin de cette édition !

Simple et Rapide ! Découvrez notre collection de livres d'activités pour votre prochain moment de détente et **d'apprentissage**, à juste un clic de distance !

Trouvez votre prochain défi sur :

BestActivityBooks.com/MonProchainLivre

À vos marques, prêts... Partez !

Saviez-vous qu'il existe environ 7 000 langues différentes dans le monde ? Les mots sont précieux.

Nous aimons les langues et avons travaillé dur pour créer les livres de la plus haute qualité pour vous. Nos ingrédients ?

Une sélection des thématiques d'apprentissage adaptée, trois belles parts de divertissement, puis nous ajoutons une cuillère de mots difficiles et une pincée de mots rares. Nous les servons avec soin et un maximum de plaisir pour vous permettre de résoudre les meilleurs jeux de mots mêlés qui soient et d'apprendre en vous amusant !

Votre avis est essentiel. Vous pouvez participer activement au succès de ce livre en nous laissant un commentaire. Nous aimerions vraiment savoir ce que vous avez préféré dans cette édition !

Voici un lien rapide qui vous mènera à la page d'évaluation de vos commandes :

BestBooksActivity.com/Avis50

Merci pour votre aide et amusez-vous bien !

De la part de toute l'équipe

1 - Été

ภ	ซ	ณ	ช	ม	พ	ง	ด	ค	ก	อ	เ	ย	ก
ล	ร	พ	ญ	ภ	ง	ท	น	ร	จ	น	ห	ล	ภ
ส	ไ	ห	ข	ท	น	ฟ	ต	อ	อ	ผ	ร	เ	ล
ว	◌ั	น	ห	ย	◌ุ	ด	ร	บ	ย	า	ล	ว	เ
น	ด	◌ั	ซ	ะ	ต	น	◌ี	ค	บ	ผ	ห	ล	า
ะ	า	ง	ใ	ไ	ด	ย	ร	ร	ข	◌่	ฟ	า	พ
ช	ว	ส	ล	ฝ	ศ	◌ำ	ม	◌ั	ฟ	อ	ไ	ว	ร
ท	ล	◌ื	ซ	ย	ร	ฝ	น	ว	ภ	น	อ	◌่	ศ
น	ะ	อ	น	ไ	ซ	ฟ	แ	◌้	น	ค	เ	า	ย
ญ	ญ	เ	พ	◌ื	◌่	อ	น	ด	◌ำ	ล	ษ	ง	แ
ษ	ใ	ก	ล	ร	อ	ง	เ	ท	◌้	า	แ	ต	ะ
อ	บ	ม	เ	ด	◌ิ	น	ท	า	ง	ย	ะ	ส	ต
ศ	พ	า	ใ	อ	ฉ	ใ	ช	เ	ต	พ	ต	ป	ใ
ฝ	เ	น	ก	ใ	ข	ค	ช	า	ย	ห	า	ด	ผ

เพื่อน
ดาว
ครอบครัว
สวน
เกม
จอย
หนังสือ
เวลาว่าง
ทะเล
ดนตรี
อาหาร
ชายหาด
ดำน้ำ
ผ่อนคลาย
รองเท้าแตะ
วันหยุด
เดินทาง

2 - Adjectifs #2

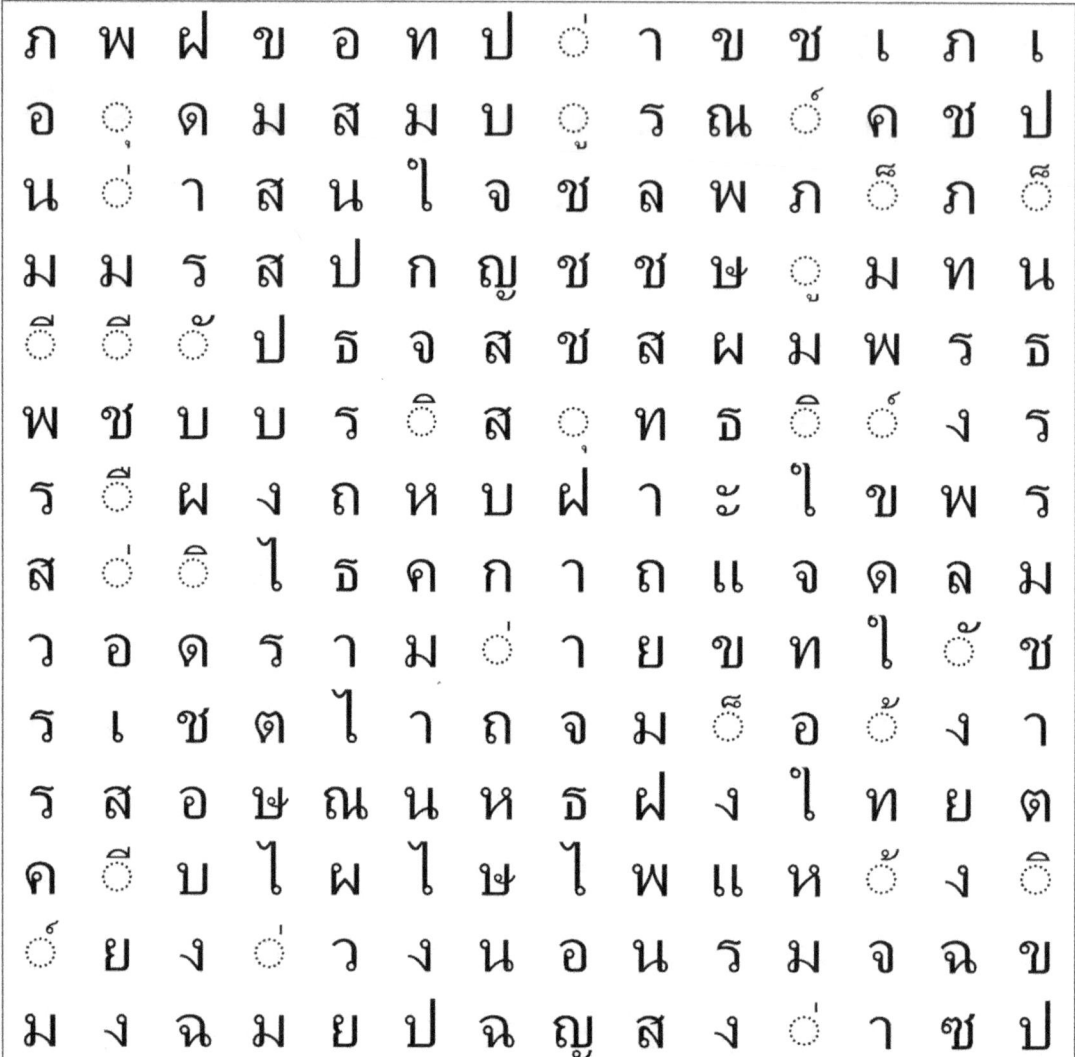

ภ	พ	ฝ	ข	อ	ท	ป	◌่	า	ข	ช	เ	ภ	เ
อ	◌ุ	ด	ม	ส	ม	บ	◌ู	ร	ณ	◌์	ค	ช	ป
น	◌่	า	ส	น	ไ	จ	ช	ล	พ	ภ	◌็	ภ	◌็
ม	ม	ร	ส	ป	ก	ญ	ช	ช	ษ	◌ู	ม	ท	น
◌ี	◌ี	◌ั	ป	ธ	จ	ส	ช	ส	ผ	ม	พ	ร	ธ
พ	ช	บ	บ	ร	◌ิ	ส	◌ุ	ท	ธ	◌ิ	◌์	ง	ร
ร	◌ี	ผ	ง	ถ	ห	บ	ฝ	า	ะ	ไ	ข	พ	ร
ส	◌่	◌ิ	ไ	ธ	ค	ก	า	ถ	แ	จ	ด	ล	ม
ว	อ	ด	ร	า	ม	◌่	า	ย	ข	ท	ไ	◌ั	ช
ร	เ	ช	ต	ไ	า	ถ	จ	ม	◌็	อ	◌้	ง	า
ร	ส	อ	ษ	ณ	น	ห	ธ	ฝ	ง	ไ	ท	ย	ต
ค	◌ี	บ	ไ	ผ	ไ	ษ	ไ	พ	แ	ห	◌้	ง	◌ิ
◌์	ย	ง	◌่	ว	ง	น	อ	น	ร	ม	จ	ฉ	ข
ม	ง	ฉ	ม	ย	ป	ฉ	ญ	ส	ง	◌่	า	ซ	ป

แท้
มีชื่อเสียง
ธิบาย
มีพรสวรรค์
ดราม่า
สง่า
ภูมิใจ
น่าสนใจ
เป็นธรรมชาติ
ใหม่
อุดมสมบูรณ์
ทรงพลัง
บริสุทธิ์
รับผิดชอบ
แข็งแรง
เค็ม
ป่า
แห้ง
ง่วงนอน

3 - Exploration

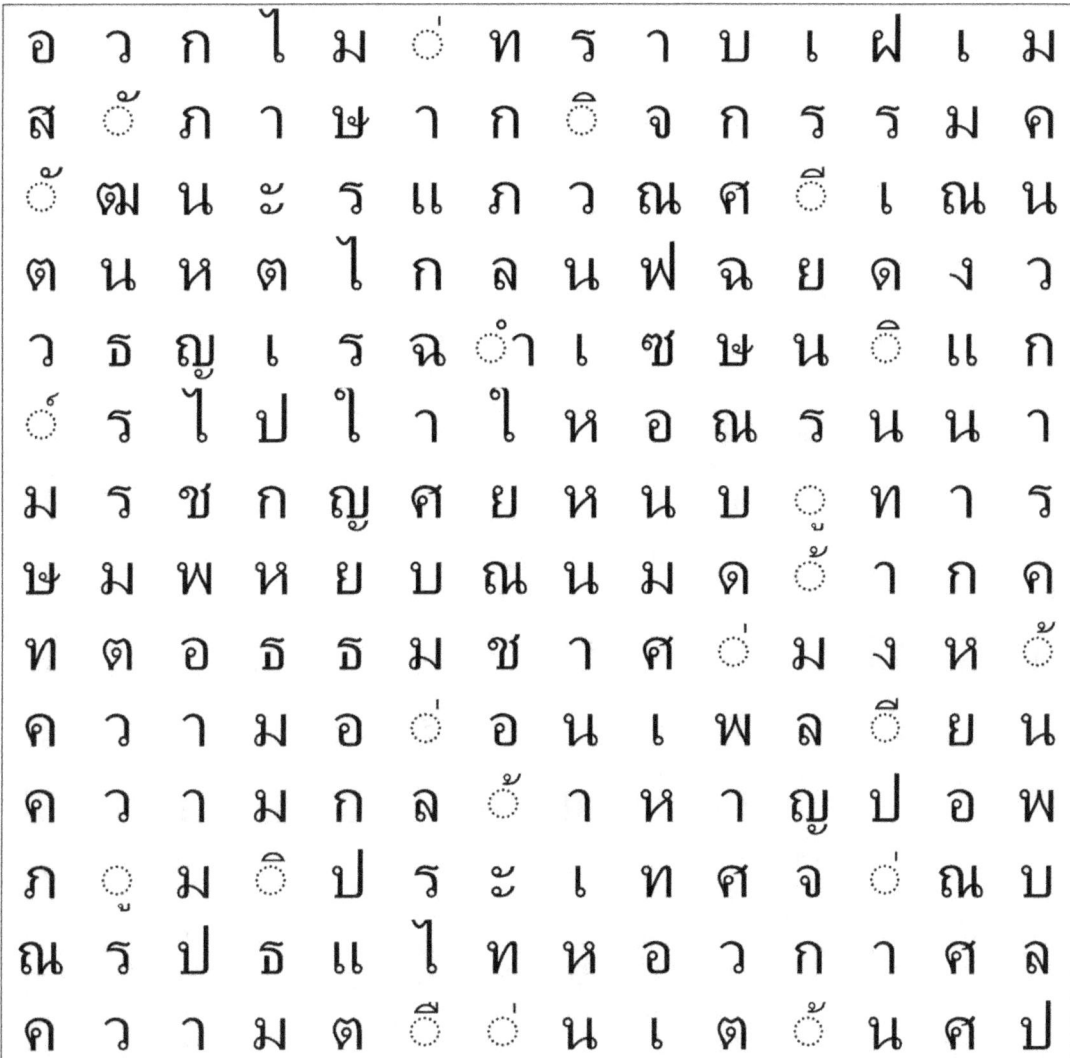

อ	ว	ก	ไ	ม	◌่	ท	ร	า	บ	เ	ฝ	เ	ม
ส	◌ั	ภ	า	ษ	า	ก	◌ิ	จ	ก	ร	ร	ม	ค
◌ั	ฒ	น	ะ	ร	แ	ภ	ว	ณ	ศ	◌ี	เ	ณ	น
ต	น	ห	ต	ไ	ก	ล	น	ฟ	ฉ	ย	ด	ง	ว
ว	ธ	ญ	เ	ร	ฉ	◌ำ	เ	ซ	ษ	น	◌ิ	แ	ก
◌์	ร	ไ	ป	ใ	า	ไ	ห	อ	ณ	ร	น	น	า
ม	ร	ช	ก	ญ	ศ	ย	ห	น	บ	◌ู	ท	า	ร
ษ	ม	พ	ห	ย	บ	ณ	น	ม	ด	◌้	า	ก	ค
ท	ต	อ	ธ	ธ	ม	ช	า	ศ	◌่	ม	ง	ห	◌้
ค	ว	า	ม	อ	◌่	อ	น	เ	พ	ล	◌ี	ย	น
ค	ว	า	ม	ก	ล	◌้	า	ห	า	ญ	ป	อ	พ
ภ	◌ู	ม	◌ิ	ป	ร	ะ	เ	ท	ศ	จ	◌่	ณ	บ
ณ	ร	ป	ธ	แ	ไ	ท	ห	อ	ว	ก	า	ศ	ล
ค	ว	า	ม	ต	◌ี	◌่	น	เ	ต	◌้	น	ศ	ป

กิจกรรม
สัตว์
เรียนรู้
ความกล้าหาญ
วัฒนธรรม
อันตราย
การค้นพบ
การกำหนด
อวกาศ
ความตื่นเต้น
ความอ่อนเพลีย
ไม่ทราบ
ภาษา
ไกล
ใหม่
ป่า
ภูมิประเทศ
เดินทาง

4 - Adjectifs #1

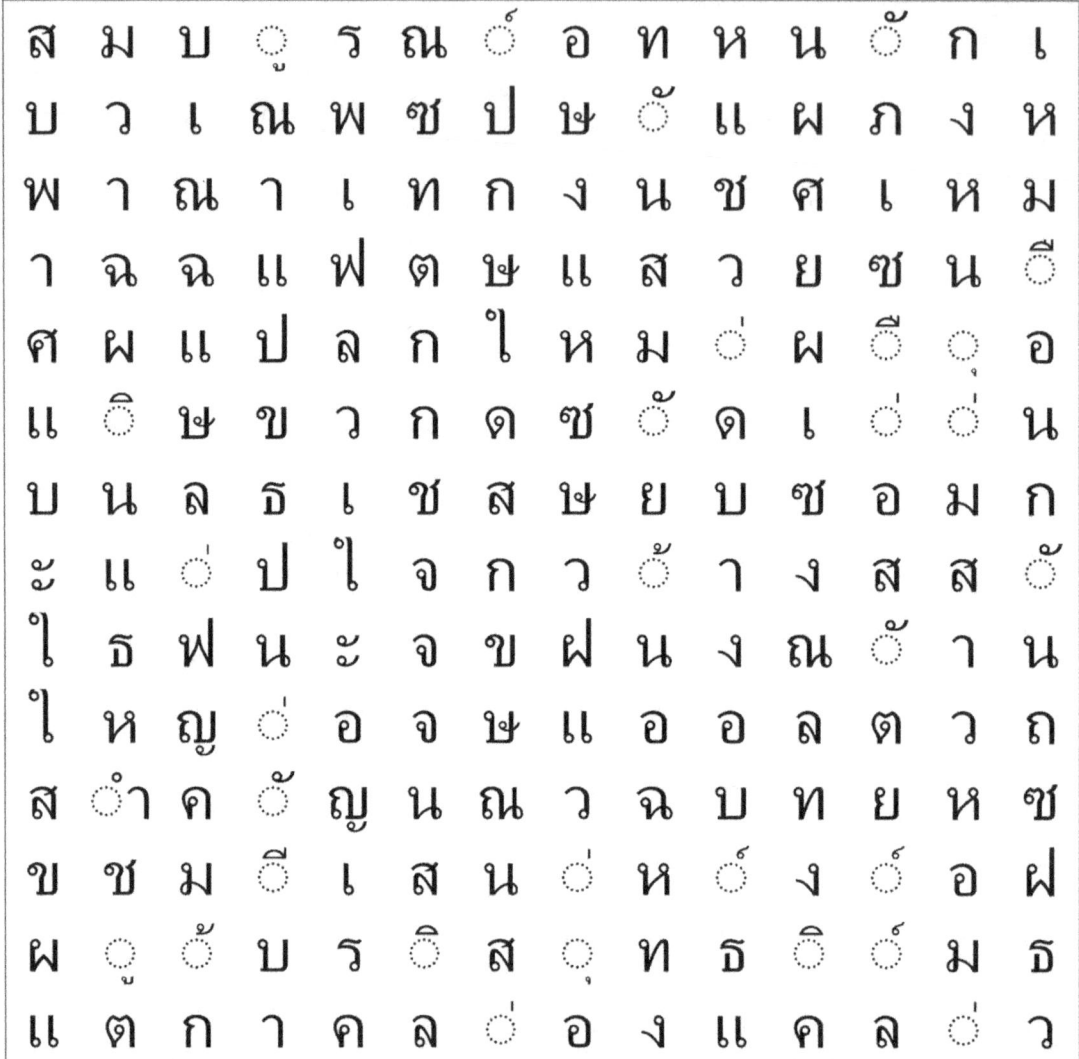

ส	ม	บ	◌ู	ร	ณ	◌์	อ	ท	ห	น	◌ั	ก	เ
บ	ว	เ	ณ	พ	ซ	ป	ษ	◌ั	แ	ผ	ภ	ง	ห
พ	า	ณ	า	เ	ท	ก	ง	น	ช	ศ	เ	ห	ม
า	ฉ	ฉ	แ	ฟ	ต	ษ	แ	ส	ว	ย	ซ	น	◌ี
ศ	ผ	แ	ป	ล	ก	ไ	ห	ม	◌่	ผ	◌ื	◌ุ	อ
แ	◌ิ	ษ	ข	ว	ก	ด	ซ	◌ั	ด	เ	◌่	◌่	น
บ	น	ล	ธ	เ	ช	ส	ษ	ย	บ	ซ	อ	ม	ก
ะ	แ	◌่	ป	ไ	จ	ก	ว	◌้	า	ง	ส	ส	◌ั
ไ	ธ	ฟ	น	ะ	จ	ข	ฝ	น	ง	ณ	◌ั	า	น
ไ	ห	ญ	◌่	อ	จ	ษ	แ	อ	อ	ล	ต	ว	ถ
ส	◌ำ	ค	◌ั	ญ	น	ณ	ว	ฉ	บ	ท	ย	ห	ซ
ข	ช	ม	◌ี	เ	ส	น	◌่	ห	◌์	ง	◌์	อ	ฝ
ผ	◌ู	◌้	บ	ร	◌ิ	ส	◌ุ	ท	ธ	◌ิ	◌์	ม	ธ
แ	ต	ก	า	ค	ล	◌่	อ	ง	แ	ค	ล	◌่	ว

แน่นอน
คล่องแคล่ว
หอม
ศิลปะ
มีเสน่ห์
สวย
แปลกใหม่
ใหญ่
ใจกว้าง
ซื่อสัตย์

เหมือนกัน
สำคัญ
ผู้บริสุทธิ์
หนุ่มสาว
ช้า
หนัก
บาง
ทันสมัย
สมบูรณ์

5 - Instruments de Musique

ฮ	า	ร	◌์	โ	ม	น	◌ิ	ก	◌้	า	เ	ไ	ป
ค	ล	า	ร	◌ิ	เ	น	◌็	ต	พ	ท	ช	ว	◌ี
ก	น	ก	ฝ	อ	ส	ธ	ถ	เ	ง	น	ล	โ	◌่
ฆ	◌้	อ	ง	ณ	ส	ญ	ล	ข	พ	ฮ	โ	อ	บ
ป	ท	พ	อ	เ	ท	พ	ณ	แ	ส	า	ล	ล	า
ค	แ	ซ	ก	โ	ซ	โ	ฟ	น	แ	ร	ล	◌ิ	ส
ญ	ท	ร	อ	ม	โ	บ	น	ม	ต	◌์	ถ	น	ซ
ไ	ม	า	ร	◌ิ	ม	บ	า	ผ	ร	ป	ค	ง	◌ู
ล	บ	อ	โ	จ	ท	ผ	ศ	แ	บ	น	โ	จ	น
จ	◌ู	ห	ธ	อ	ป	ณ	ผ	แ	ข	ภ	ษ	ษ	ไ
ก	ร	ม	ะ	ช	โ	ก	ล	อ	ง	ล	อ	ล	เ
ก	◌ี	ต	า	ร	◌์	บ	ก	ช	เ	น	◌ุ	ม	ผ
ศ	น	แ	ม	น	โ	ด	ล	◌ิ	น	ษ	ะ	◌่	ง
ต	◌ี	ร	ะ	ฆ	◌ั	ง	เ	ป	◌ี	ย	โ	น	ย

แบนโจ
ปี่บาสซูน
ตีระฆัง
คลาริเน็ต
ขลุ่ย
ฆ้อง
กีตาร์
ฮาร์โมนิก้า
ฮาร์ป
โอโบ
แมนโดลิน
มาริมบา
เปียโน
แซกโซโฟน
กลอง
แทมบูรีน
ทรอมโบน
แตร
ไวโอลิน
เชลโล

6 - Échecs

แ	พ	ค	ะ	แ	น	น	ถ	ล	บ	ข	ง	ญ	ง
ว	ช	ส	ป	ก	ษ	ั	ต	ร	ิ	ย	์	ร	ช
ค	เ	ม	ส	ี	ด	ำ	ธ	ู	อ	ส	ธ	ป	ข
จ	ว	เ	ป	ร	ย	ฉ	ว	ณ	ุ	ศ	ต	จ	ง
ฉ	ล	ี	ร	์	ป	ม	ฉ	ฝ	ท	ต	ภ	ท	ร
ร	า	น	น	ี	ว	ธ	ฉ	จ	ิ	ช	ก	ก	ม
จ	ห	ไ	ป	ธ	ย	จ	อ	ส	ศ	ค	ษ	ม	ต
เ	อ	ม	ก	ฎ	ป	น	ผ	ฝ	อ	ู	ข	า	ว
ก	ล	ย	ุ	ท	ธ	์	ร	ล	า	่	บ	ศ	ล
ม	ก	ณ	แ	ซ	ข	ม	บ	ู	ไ	แ	พ	ญ	ศ
อ	ธ	ฉ	ล	า	ด	ซ	ก	ก	้	ข	แ	ไ	ห
ห	ไ	อ	ภ	ผ	ผ	ู	้	เ	ล	่	น	ง	ฝ
า	ถ	ผ	เ	ส	้	น	ท	แ	ย	ง	ม	ุ	ม
ส	บ	น	ค	ว	า	ม	ท	้	า	ท	า	ย	ด

คู่แข่ง
เรียนรู้
ขาว
แชมป์
ความท้าทาย
เส้นทแยงมุม
ฉลาด
เกม
ผู้เล่น
สีดำ
รู
คะแนน
ควีน
กฎ
กษัตริย์
อุทิศ
กลยุทธ์
เวลา

7 - Herboristerie

ส	ใ	อ	ด	ไ	เ	ด	ก	ใ	ก	ณ	เ	ค	ช
ไ	◌่	บ	ฝ	ธ	ข	อ	ร	ภ	า	ม	ม	◌ุ	ไ
โ	ใ	ว	ภ	ม	◌ี	ก	ะ	ก	ร	า	◌็	ณ	จ
ห	ร	ผ	น	◌์	ย	ไ	เ	ป	ท	ร	ด	ภ	ฉ
ญ	ล	ส	◌ั	ผ	ว	ม	ท	บ	◌ำ	◌์	ย	า	ต
◌้	า	ไ	แ	ก	ส	◌้	◌ี	ท	อ	โ	◌ี	พ	ถ
า	เ	พ	น	ม	ช	ม	ย	า	า	จ	◌่	ถ	ณ
ฝ	ว	ซ	ศ	ถ	ร	◌ี	ม	ร	ห	แ	ห	อ	ม
ร	น	ง	ถ	บ	ฟ	◌ี	ฝ	◌์	า	ร	ร	ท	ล
◌ั	เ	ก	ไ	ท	ะ	แ	◌่	ร	ร	ม	◌่	ม	ช
◌่	ด	เ	โ	ห	ร	ะ	พ	า	◌ั	ซ	า	ธ	ษ
น	อ	ร	ส	ช	า	ต	◌ิ	ก	แ	◌่	ส	ว	น
ล	ร	ส	จ	ง	ค	น	ว	อ	ว	ส	ง	ญ	ร
ม	◌์	ย	ผ	ท	ห	ม	◌ิ	น	ต	◌์	ข	ษ	ฉ

กระเทียม
หอม
โหระพา
การทำอาหาร
ทาร์รากอน
เม็ดยี่หร่า
ดอกไม้
ส่วนผสม
สวน
ลาเวนเดอร์
มาร์โจแรม
มินต์
ผักชีฝรั่ง
คุณภาพ
โรสแมรี่
หญ้าฝรั่น
รสชาติ
ไธม์
เขียว

8 - Véhicules

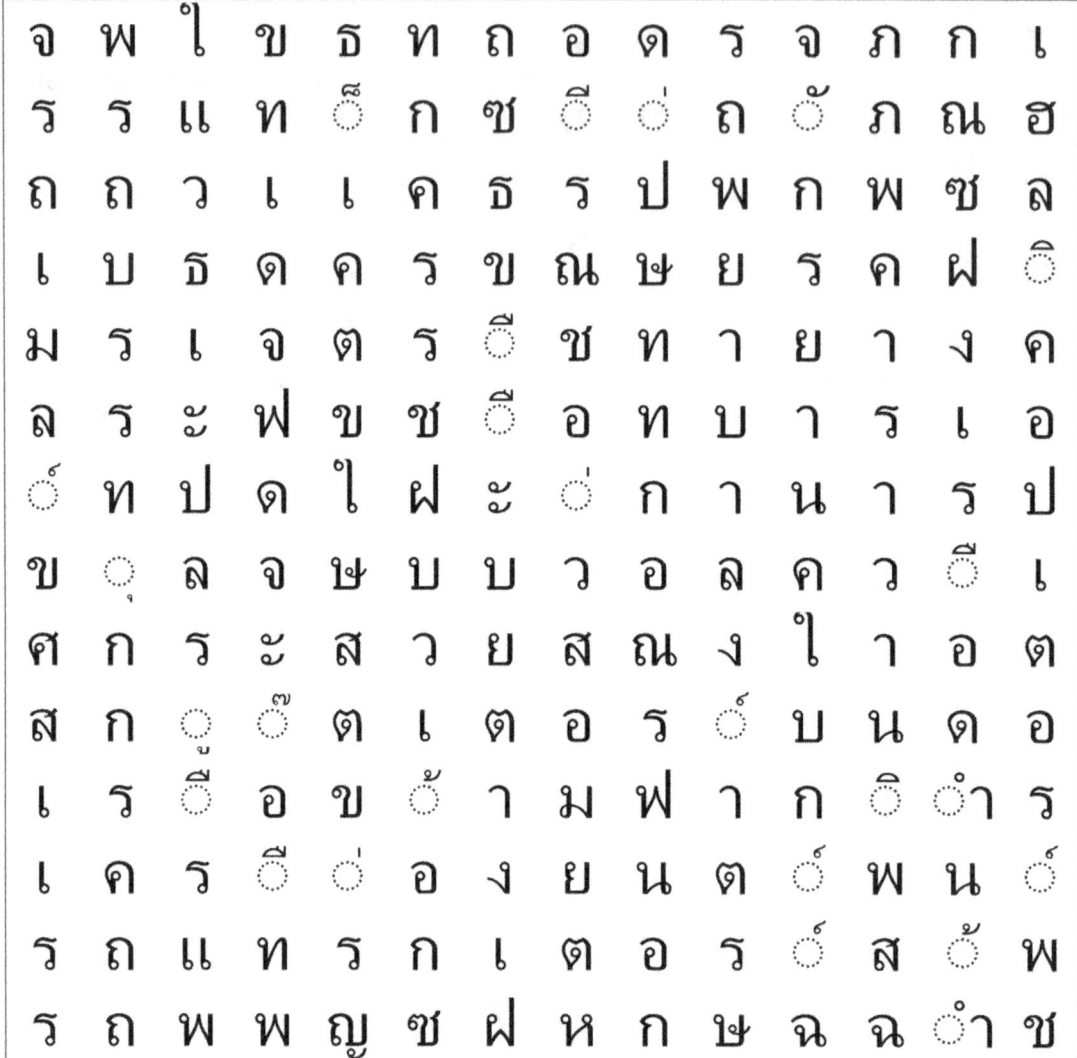

จ	พ	ไ	ข	ธ	ท	ถ	อ	ด	ร	จ	ภ	ก	เ
ร	ร	แ	ท	◌็	ก	ซ	◌ี	◌่	ถ	◌ั	ภ	ณ	ฮ
ถ	ถ	ว	เ	เ	ค	ธ	ร	ป	พ	ก	พ	ซ	ล
เ	บ	ธ	ด	ค	ร	ข	ณ	ษ	ย	ร	ค	ฝ	◌ิ
ม	ร	เ	จ	ต	ร	◌ื	ช	ท	า	ย	า	ง	ค
ล	ร	ะ	ฟ	ข	ช	◌ื	อ	ท	บ	า	ร	เ	อ
◌์	ท	ป	ด	ไ	ฝ	ะ	◌่	ก	า	น	า	ร	ป
ข	◌ุ	ล	จ	ษ	บ	บ	ว	อ	ล	ค	ว	◌ี	เ
ศ	ก	ร	ะ	ส	ว	ย	ส	ณ	ง	ไ	า	อ	ต
ส	ก	◌ู	◌๊	ต	เ	ต	อ	ร	◌์	บ	น	ด	อ
เ	ร	◌ื	อ	ข	◌้	า	ม	ฟ	า	ก	◌ิ	◌ำ	ร
เ	ค	ร	◌ื	◌่	อ	ง	ย	น	ต	◌์	พ	น	◌์
ร	ถ	แ	ท	ร	ก	เ	ต	อ	ร	◌์	ส	◌้	พ
ร	ถ	พ	พ	ญ	ซ	ฝ	ห	ก	ษ	ฉ	ฉ	◌ำ	ช

รถพยาบาล
เครื่องบิน
เรือ
รถเมล์
รถบรรทุก
คาราวาน
เรือข้ามฟาก
จรวด
เฮลิคอปเตอร์
เครื่องยนต์
กระสวย
ยาง
แพ
สกู๊ตเตอร์
เรือดำน้ำ
แท็กซี่
รถแทรกเตอร์
จักรยาน
รถ

9 - Camping

ธ	เ	ก	ธ	ภ	◌ู	เ	ข	า	ภ	ฉ	า	ไ	ด
ร	ป	า	ห	แ	บ	ก	ช	บ	ศ	ว	ด	ส	ว
ร	ล	ร	อ	ผ	ม	ถ	น	◌ี	ะ	ณ	ธ	ถ	ง
ม	ญ	ผ	ป	น	ฉ	ล	ห	ฉ	อ	ซ	ง	ผ	จ
ช	ว	จ	ง	ท	พ	ย	ง	ม	ง	ก	ไ	ง	◌ั
า	น	ญ	ป	◌ี	า	ผ	ผ	ส	ห	◌้	า	ง	น
ต	ะ	ภ	น	◌่	อ	◌ุ	ป	ก	ร	ณ	◌์	ภ	ท
◌ิ	ย	◌ั	ฝ	ด	า	ต	◌้	น	ไ	ม	◌้	เ	ร
ด	ป	ย	ม	แ	ค	น	◌ู	จ	ฟ	เ	ญ	ข	◌์
ล	◌่	า	ส	◌ั	ต	ว	◌์	า	อ	พ	บ	◌็	ห
ม	พ	ก	◌ั	ท	ะ	เ	ล	ส	า	บ	จ	ม	พ
า	ไ	เ	ต	◌็	น	ท	◌์	อ	แ	น	น	ท	แ
น	ร	ไ	ว	ย	ห	ม	ว	ก	ฝ	ป	ผ	◌ิ	ณ
ถ	ถ	า	◌์	เ	ม	แ	พ	ห	ษ	อ	ษ	ศ	ไ

สัตว์
ต้นไม้
การผจญภัย
เข็มทิศ
ห้าง
แคนู
แผนที่
หมวก
ล่าสัตว์
เชือก
อุปกรณ์
ไฟ
ป่า
เปลญวน
แมลง
ทะเลสาบ
ดวงจันทร์
ภูเขา
ธรรมชาติ
เต็นท์

10 - Conservation

ม	พ	ห	ย	ท	ไ	ส	จ	ร	แ	ร	ด	ต	ท
พ	น	ห	ป	เ	ฉ	ป	า	ธ	ม	ะ	อ	เ	◌ี
ด	บ	◌ั	ก	ธ	ด	ธ	น	ข	ล	บ	า	บ	◌่
ศ	ส	ณ	◌ำ	ไ	ก	ค	ค	ค	ง	บ	ส	เ	อ
ภ	◌ู	ม	◌ิ	อ	า	ก	า	ศ	ส	น	า	ข	ย
ส	◌ุ	ข	ภ	า	พ	า	ต	ช	ก	◌ิ	ส	◌ี	◌ู
ย	◌ั	◌่	ง	ย	◌ื	น	ฉ	ะ	า	เ	ม	ย	◌่
ม	ล	พ	◌ิ	ษ	ะ	ส	ป	ซ	ร	ว	◌ั	ว	อ
ร	◌ี	ไ	ซ	เ	ค	◌ิ	ล	ด	ศ	ศ	ค	แ	า
อ	◌ิ	น	ท	ร	◌ี	ย	◌์	ด	◌ึ	จ	ร	ค	ศ
ษ	ว	ป	ษ	ล	ล	พ	ธ	ญ	ก	ส	ถ	ณ	◌ั
ภ	ถ	ษ	ฉ	ภ	ช	ก	ร	ศ	ษ	ญ	ไ	ค	ย
เ	ป	◌็	น	ธ	ร	ร	ม	ช	า	ต	◌ิ	อ	ญ
ณ	ข	ช	ท	น	ง	ว	ซ	ผ	ท	ล	า	ะ	ะ

อาสาสมัคร
ภูมิอากาศ
รอบ
ยั่งยืน
น้ำ
ระบบนิเวศ
การศึกษา
ที่อยู่อาศัย

เป็นธรรมชาติ
อินทรีย์
แมลง
มลพิษ
รีไซเคิล
ลด
สุขภาพ
เขียว

11 - Écologie

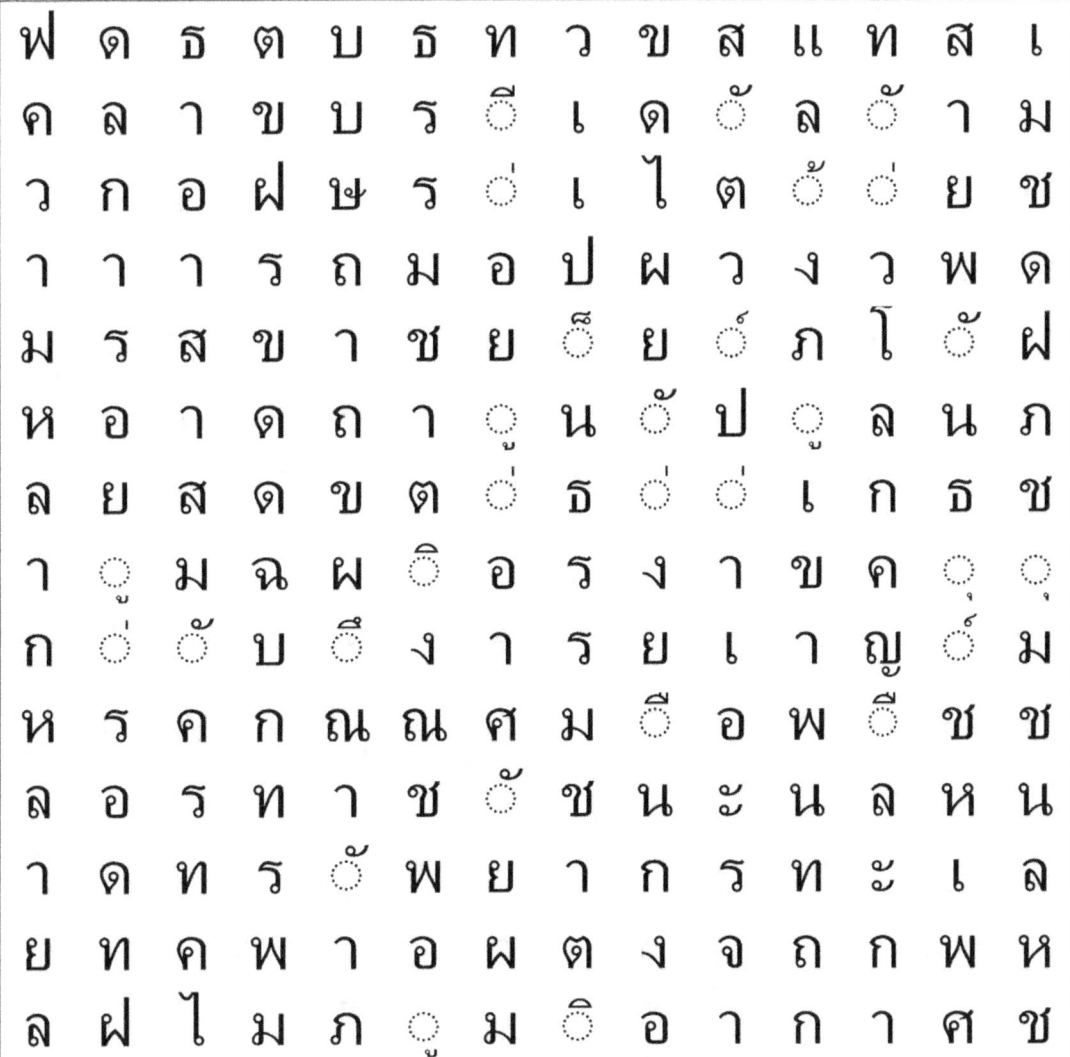

ฟ	ด	ธ	ต	บ	ธ	ท	ว	ข	ส	แ	ท	ส	เ
ค	ล	า	ข	บ	ร	◌ี	เ	ด	◌ั	ล	◌ั	า	ม
ว	ก	อ	ฝ	ษ	ร	◌่	เ	ไ	ต	◌้	◌่	ย	ช
า	า	า	ร	ถ	ม	อ	ป	ผ	ว	ง	ว	พ	ด
ม	ร	ส	ข	า	ช	ย	◌็	ย	◌์	ภ	โ	◌ั	ฝ
ห	อ	า	ด	ถ	า	◌ู	น	◌ั	ป	◌ู	ล	น	ภ
ล	ย	ส	ด	ข	ต	◌่	ธ	◌่	◌่	เ	ก	ธ	ช
า	◌ู	ม	ฉ	ผ	◌ิ	อ	ร	ง	า	ข	ค	◌ุ	◌ุ
ก	◌่	◌ั	บ	◌ึ	ง	า	ร	ย	เ	า	ญ	◌์	ม
ห	ร	ค	ก	ณ	ณ	ศ	ม	◌ี	อ	พ	◌ี	ช	ช
ล	อ	ร	ท	า	ช	◌ั	ช	น	ะ	น	ล	ห	น
า	ด	ท	ร	◌ั	พ	ย	า	ก	ร	ท	ะ	เ	ล
ย	ท	ค	พ	า	อ	ผ	ต	ง	จ	ถ	ก	พ	ห
ล	ฝ	ไ	ม	ภ	◌ู	ม	◌ิ	อ	า	ก	า	ศ	ช

อาสาสมัคร
ภูมิอากาศ
ชุมชน
ความหลากหลาย
ยั่งยืน
สายพันธุ์
สัตว์ป่า
ฟลอรา
ทั่วโลก
ที่อยู่อาศัย
บึง
ทะเล
ภูเขา
ธรรมชาติ
เป็นธรรมชาติ
ทรัพยากร
แล้ง
การอยู่รอด
พืช

12 - Astronomie

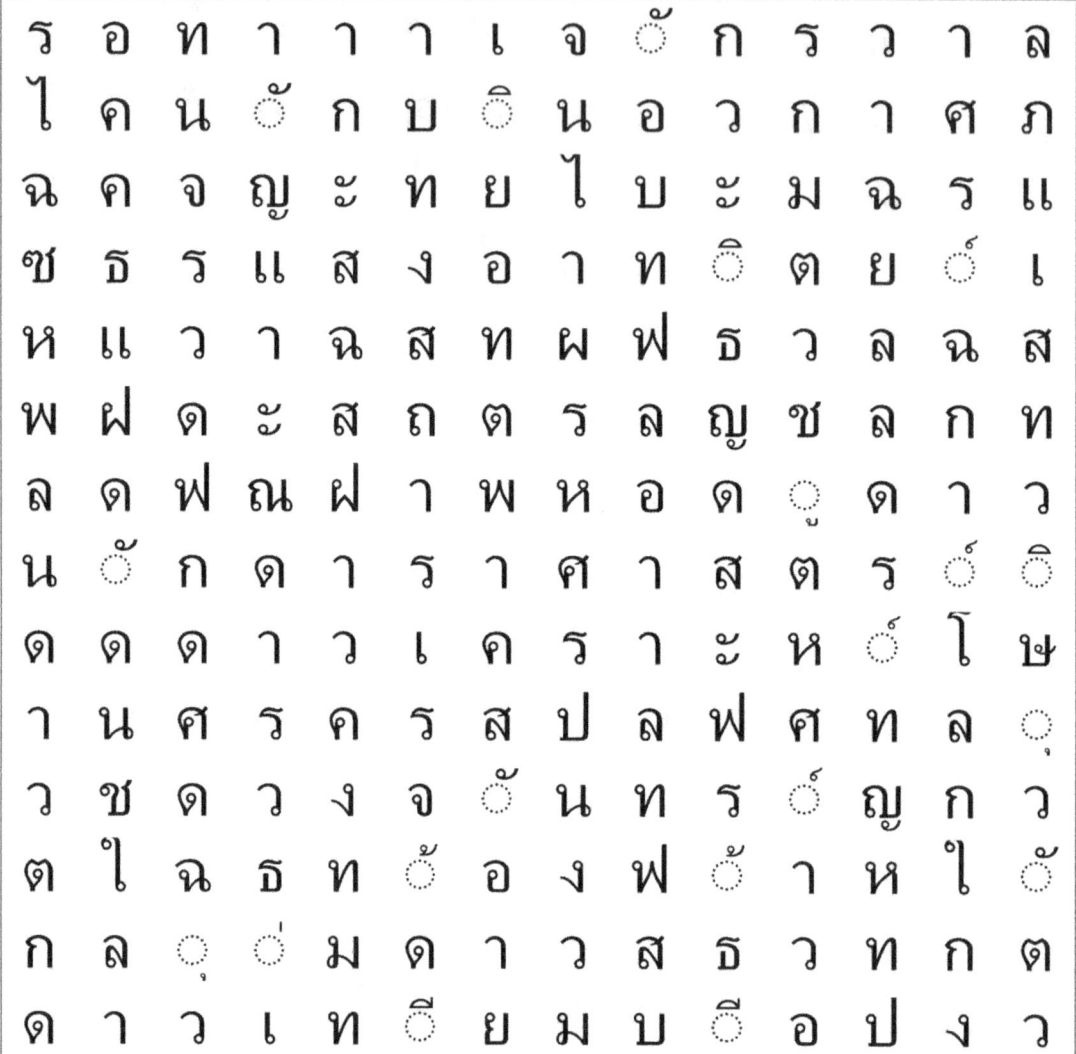

ร	อ	ท	า	า	า	เ	จ	◌ั	ก	ร	ว	า	ล
ไ	ค	น	◌ั	ก	บ	◌ิ	น	อ	ว	ก	า	ศ	ภ
ฉ	ค	จ	ญ	ะ	ท	ย	ไ	บ	ะ	ม	ฉ	ร	แ
ซ	ธ	ร	แ	ส	ง	อ	า	ท	◌ิ	ต	ย	◌์	เ
ห	แ	ว	า	ฉ	ส	ท	ผ	ฟ	ธ	ว	ล	ฉ	ส
พ	ฝ	ด	ะ	ส	ถ	ต	ร	ล	ญ	ช	ล	ก	ท
ล	ด	ฟ	ณ	ฝ	า	พ	ห	อ	ด	◌ู	ด	า	ว
น	◌ั	ก	ด	า	ร	า	ศ	า	ส	ต	ร	◌์	◌ิ
ด	ด	ด	า	ว	เ	ค	ร	า	ะ	ห	◌์	โ	ษ
า	น	ศ	ร	ค	ร	ส	ป	ล	ฟ	ศ	ท	ล	◌ุ
ว	ช	ด	ว	ง	จ	◌ั	น	ท	ร	◌์	ญ	ก	ว
ต	ไ	ฉ	ธ	ท	◌้	อ	ง	ฟ	◌้	า	ห	ไ	◌ั
ก	ล	◌ุ	◌่	ม	ด	า	ว	ส	ธ	ว	ท	ก	ต
ด	า	ว	เ	ท	◌ี	ย	ม	บ	◌ี	อ	ป	ง	ว

นักบินอวกาศ
นักดาราศาสตร์
ท้องฟ้า
กลุ่มดาว
คราส
วิษุวัต
จรวด
ดวงจันทร์
ดาวตก
เนบิวลา
หอดูดาว
ดาวเคราะห์
รังสี
ดาวเทียม
แสงอาทิตย์
โลก
จักรวาล

13 - Types de Cheveux

ถ	า	ส	ห	ย	◌ิ	ก	แ	ส	◌ี	เ	ท	า	ส
ภ	ง	◌ี	ว	ส	ถ	ษ	ข	จ	ต	ส	ง	ถ	◌ี
แ	ป	จ	ต	◌ี	◌ั	ถ	◌็	ห	ว	◌ั	า	า	ด
ส	ห	ก	อ	น	ก	เ	ง	◌ิ	น	◌้	จ	ญ	◌ำ
◌ี	◌ั	◌้	ญ	◌้	เ	อ	แ	ธ	ท	น	ว	ม	แ
บ	ว	ไ	ง	◌ำ	ป	◌่	ร	ธ	ศ	น	พ	ถ	บ
ล	ล	พ	ใ	ต	◌ี	อ	ง	ะ	ข	ห	ถ	ต	ฟ
อ	◌้	บ	ฟ	า	ย	น	ม	บ	า	ซ	ย	า	ว
น	า	า	ห	ล	ผ	น	ฟ	ภ	ว	ถ	◌ั	ก	ณ
ด	น	ง	ย	น	ส	◌ุ	ส	พ	เ	ด	ต	ถ	ช
◌์	ห	ย	◌ั	ก	า	◌่	ค	ม	ล	ญ	จ	ก	า
ข	ท	ผ	ญ	ศ	ผ	ม	น	ท	ณ	เ	แ	ช	ซ
ง	ะ	า	ส	ญ	ศ	ณ	ฟ	ธ	ล	จ	เ	ห	ณ
ช	ส	จ	ฉ	ษ	ร	ส	ผ	า	แ	ผ	ข	ฉ	ป

เงิน
ขาว
สีบลอนด์
เงา
หัวล้าน
สี
สั้น
อ่อนนุ่ม
หนา
หยิก
สีเทา
ยาว
สีน้ำตาล
บาง
สีดำ
หยัก
แข็งแรง
แห้ง
ถักเปีย
ถัก

14 - Restaurant #1

ก	ว	ส	ม	ซ	ห	ไ	ซ	อ	ส	จ	อ	ก	พ
ช	า	ม	◌่	ห	ฟ	ก	า	ร	จ	อ	ง	น	น
ล	เ	แ	ม	ว	ข	◌่	น	ธ	อ	า	ถ	ค	◌ั
ว	ม	ส	ฟ	ป	น	เ	ค	ว	า	บ	น	ะ	ก
ฟ	น	เ	ว	ไ	ม	ผ	น	ภ	ห	แ	ร	ห	ง
ห	◌ู	ล	ธ	ไ	ป	◌็	ส	◌ู	า	ค	ท	ฝ	า
ค	ร	◌ั	ว	ฝ	◌ั	ด	ฉ	ม	ร	ช	า	ฉ	น
เ	น	◌ี	◌้	อ	ง	บ	ต	◌ิ	ค	เ	ถ	ร	เ
ธ	ซ	ญ	แ	ฟ	ญ	พ	ส	แ	ซ	ช	ห	ะ	ส
ฝ	ท	ษ	ข	ฟ	บ	ญ	ช	พ	อ	◌ี	ก	ม	◌ิ
ท	ข	า	ฟ	ภ	ง	า	ต	◌้	ร	ย	ถ	ง	ร
ผ	◌้	า	เ	ช	◌็	ด	ป	า	ก	ร	ข	ษ	◌์
ซ	า	ภ	ง	า	จ	น	ญ	ษ	ญ	◌์	น	ด	ฟ
ม	◌ี	ด	ก	ฉ	ค	บ	ม	ก	ว	น	ม	ซ	ร

ภูมิแพ้
จาน
ชาม
กาแฟ
แคชเชียร์
มีด
ครัว
ขนม
เผ็ด
ส่วนผสม

เมนู
อาหาร
ขนมปัง
ไก่
การจอง
ซอส
พนักงานเสิร์ฟ
ผ้าเช็ดปาก
เนื้อ

15 - Mammifères

ก	ค	โ	ท	อ	ม	จ	ม	ท	ย	ต	ษ	พ	พ
พ	ไ	ค	แ	ม	ล	◌ิ	ง	แ	ก	ะ	ห	อ	ห
ซ	ป	โ	จ	ด	ล	ง	ซ	ฝ	ก	อ	ว	ม	ม
ด	น	ย	ช	ล	า	โ	ก	อ	ร	◌ิ	ล	ล	า
ฟ	ฟ	ต	◌ี	ะ	ส	จ	จ	ส	ะ	ร	บ	ช	ป
◌็	ไ	◌ี	ไ	ร	ถ	◌้	ฝ	ผ	ต	ม	ร	ช	◌่
อ	ท	◌้	ฝ	ส	า	ส	ซ	ว	◌่	ล	ห	ภ	า
ก	ญ	ค	ก	ถ	ศ	ฟ	ป	ว	า	ฬ	ป	ษ	จ
ซ	ส	แ	ม	◌้	า	ล	า	ย	ย	ไ	ล	ไ	ป
◌์	ช	ม	ฟ	พ	จ	ภ	ศ	เ	น	ป	า	แ	จ
ไ	◌้	ว	◌้	ซ	า	โ	ค	ส	ด	ซ	โ	ห	อ
ญ	า	จ	ฝ	า	ต	ข	ต	◌ื	ไ	ณ	ล	ผ	า
ส	ง	ส	◌ิ	ง	โ	ต	ด	อ	ฟ	ห	ม	◌ี	า
ซ	ซ	เ	ด	ภ	ด	ท	ไ	ไ	ง	ง	า	ช	ถ

วาฬ
แมว
ม้า
หมา
โคโยตี้
ปลาโลมา
ช้าง
ยีราฟ
กอริลลา
จิงโจ้
กระต่าย
สิงโต
หมาป่า
แกะ
หมี
ฟ็อกซ์
ลิง
โค
เสือ
ม้าลาย

16 - Sports

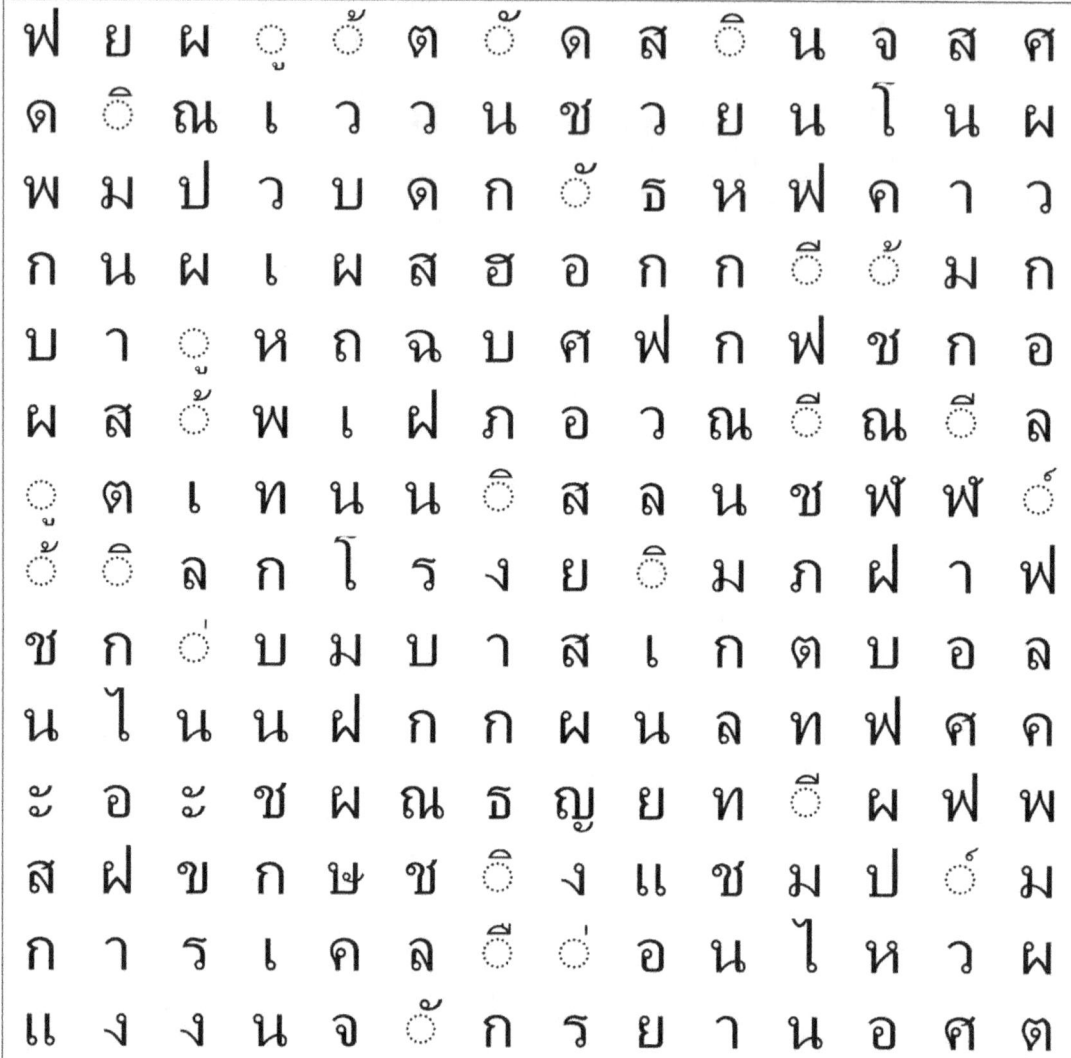

ฟ	ย	ผ	◌ู	◌้	ต	◌ั	ด	ส	◌ิ	น	จ	ส	ศ
ด	◌ิ	ณ	เ	ว	ว	น	ช	ว	ย	น	โ	น	ผ
พ	ม	ป	ว	บ	ด	ก	◌ั	ธ	ห	ฟ	ค	า	ว
ก	น	ผ	เ	ผ	ส	ฮ	อ	ก	ก	◌ี	◌้	ม	ก
บ	า	◌ู	ห	ถ	ฉ	บ	ศ	ฟ	ก	ฟ	ช	ก	อ
ผ	ส	◌้	พ	เ	ฝ	ภ	อ	ว	ณ	◌ี	ณ	◌ี	ล
◌ู	ต	เ	ท	น	น	◌ิ	ส	ล	น	ช	ฬ	ฬ	◌์
◌ั	◌ิ	ล	ก	โ	ร	ง	ย	◌ิ	ม	ภ	ฝ	า	ฟ
ช	ก	◌่	บ	ม	บ	า	ส	เ	ก	ต	บ	อ	ล
น	ไ	น	น	ฝ	ก	ก	ผ	น	ล	ท	ฟ	ศ	ค
ะ	อ	ะ	ช	ผ	ณ	ธ	ญ	ย	ท	◌ี	ผ	ฟ	พ
ส	ฝ	ข	ก	ษ	ช	◌ิ	ง	แ	ช	ม	ป	◌์	ม
ก	า	ร	เ	ค	ล	◌ื	◌่	อ	น	ไ	ห	ว	ผ
แ	ง	ง	น	จ	◌ั	ก	ร	ย	า	น	อ	ศ	ต

ผู้ตัดสิน
นักกีฬา
เบสบอล
บาสเกตบอล
ชิงแชมป์
โค้ช
ทีม
ผู้ชนะ
กอล์ฟ
โรงยิม
ยิมนาสติก
ฮอกกี้
เกม
ผู้เล่น
การเคลื่อนไหว
สนามกีฬา
เทนนิส
จักรยาน

17 - Chocolat

เ	ย	ค	ศ	ถ	ด	ล	น	◌้	◌ำ	ต	า	ล	น
ป	ผ	◌ุ	ฟ	◌ั	ท	◌ู	ล	ษ	ผ	ช	ม	ก	ง
ร	ข	ณ	ศ	◌่	โ	ก	โ	ก	◌้	ง	ต	ล	ป
ส	ศ	ภ	ร	ว	ต	อ	ร	◌่	อ	ย	ย	◌ิ	ท
ช	◌่	า	ง	ฝ	◌ี	ม	◌ื	อ	ง	ข	น	◌่	ย
า	ส	พ	ว	อ	ด	ะ	ฟ	บ	ษ	น	ม	น	ซ
ต	◌่	เ	ป	ะ	ข	พ	แ	ษ	เ	บ	น	ห	ส
◌ิ	ว	ง	แ	ญ	ช	ร	ข	ห	จ	ป	ผ	อ	แ
ท	น	ธ	ญ	ย	ป	◌้	เ	ศ	ว	ด	พ	ม	ค
ล	ผ	แ	พ	ภ	ก	า	ไ	ช	ห	า	ล	ร	ล
ย	ส	ญ	ร	ภ	ช	ว	ด	น	ธ	ธ	น	ส	อ
ง	ม	ด	ด	ช	ส	◌ู	ต	ร	อ	า	ห	า	ร
ท	◌ี	◌่	ช	◌ื	◌่	น	ช	อ	บ	พ	พ	จ	◌ี
ฝ	น	อ	ภ	ค	า	ร	า	เ	ม	ล	ก	ถ	◌่

ขม
กลิ่นหอม
ช่างฝีมือ
ลูกอม
ถั่ว
โกโก้
แคลอรี่
คาราเมล
อร่อย
หวาน
ที่ชื่นชอบ
รส
ส่วนผสม
มะพร้าว
ผง
คุณภาพ
สูตรอาหาร
รสชาติ
น้ำตาล

18 - Mathématiques

ส	ษ	ก	ช	ต	ฝ	ต	◌ั	◌้	ง	ฉ	า	ก	พ
า	ย	ท	ว	ญ	ณ	ย	◌ั	ไ	จ	ค	น	เ	แ
ม	◌ุ	ม	ท	จ	ฉ	ส	น	ว	อ	ษ	ป	ร	ผ
เ	ล	ข	ค	ณ	◌ิ	ต	ผ	ย	แ	ม	ม	ข	น
ห	ม	า	ย	เ	ล	ข	อ	บ	ค	ท	ข	า	ก
ล	ข	น	า	น	จ	ข	ฝ	ษ	อ	ท	น	ค	ส
◌ี	เ	ส	◌้	น	ร	อ	บ	ว	ง	ศ	ส	ณ	ม
◌่	ซ	ณ	ภ	ร	ร	ว	ม	ย	ศ	น	ม	◌ิ	ม
ย	ร	ค	ญ	ะ	ซ	ท	ห	ห	า	◌ิ	ก	ต	า
ม	◌ั	ต	ส	ต	ค	ไ	ะ	แ	ง	ย	า	ล	ต
เ	ศ	ษ	ส	◌่	ว	น	ต	ซ	ด	ม	ร	บ	ร
บ	ม	ร	ะ	ด	◌ั	บ	เ	ส	◌ี	ย	ง	ไ	ข
ฝ	◌ี	ธ	ฉ	ศ	น	ฟ	ฟ	เ	พ	ศ	ต	ษ	ไ
ข	ม	ฝ	เ	บ	ป	ภ	พ	ก	ธ	ซ	ศ	แ	ล

มุม
เลขคณิต
เส้นรอบวง
องศา
ทศนิยม
แผนก
ตัวแทน
สมการ
เศษส่วน
เรขาคณิต
หมายเลข
ขนาน
ตั้งฉาก
ขอบ
รัศมี
รวม
สมมาตร
สามเหลี่ยม
ระดับเสียง

19 - Mythologie

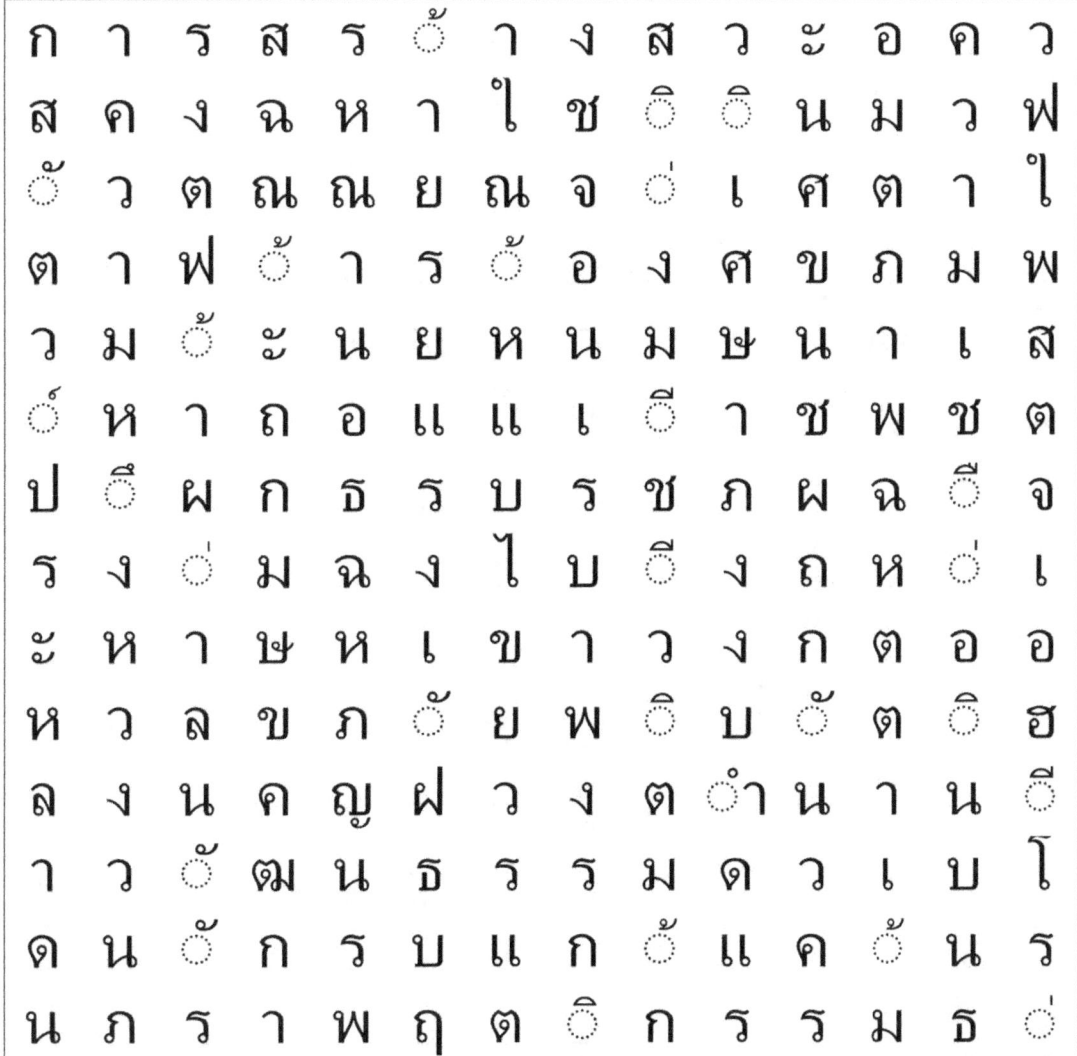

ก	า	ร	ส	ร	◌้	า	ง	ส	ว	ะ	อ	ค	ว
ส	ค	ง	ฉ	ห	า	ไ	ช	◌ิ	◌ิ	น	ม	ว	ฟ
◌ั	ว	ต	ณ	ณ	ย	ณ	จ	◌่	เ	ศ	ต	า	ไ
ต	า	ฟ	◌้	า	ร	◌้	อ	ง	ศ	ข	ภ	ม	พ
ว	ม	◌้	ะ	น	ย	ห	น	ม	ษ	น	า	เ	ส
◌์	ห	า	ถ	อ	แ	แ	เ	◌ี	า	ช	พ	ช	ต
ป	◌ึ	ผ	ก	ธ	ร	บ	ร	ช	ภ	ผ	ฉ	◌ี	จ
ร	ง	◌่	ม	ฉ	ง	ไ	บ	◌ี	ง	ถ	ห	◌่	เ
ะ	ห	า	ษ	ห	เ	ข	า	ว	ง	ก	ต	อ	อ
ห	ว	ล	ข	ภ	◌ั	ย	พ	◌ิ	บ	◌ั	ต	◌ิ	ฮ
ล	ง	น	ค	ญ	ฝ	ว	ง	ต	◌ำ	น	า	น	◌ี
า	ว	◌ั	ฒ	น	ธ	ร	ร	ม	ด	ว	เ	บ	โ
ด	น	◌ั	ก	ร	บ	แ	ก	◌้	แ	ค	◌้	น	ร
น	ภ	ร	า	พ	ฤ	ต	◌ิ	ก	ร	ร	ม	ธ	◌่

ต้นแบบ
ภัยพิบัติ
พฤติกรรม
การสร้าง
สิ่งมีชีวิต
ความเชื่อ
วัฒนธรรม
ฟ้าผ่า
แรง
นักรบ
ฮีโร่
อมตภาพ
ความหึงหวง
เขาวงกต
ตำนาน
วิเศษ
สัตว์ประหลาด
ยแร
ฟ้าร้อง
แก้แค้น

20 - Restaurant #2

ล	อ	ธ	ม	ง	ใ	ใ	ม	ง	เ	ค	◌้	ก	ก
บ	ร	◌ิ	ก	ร	ข	บ	ภ	ล	ก	ต	เ	อ	◌๋
ม	◌่	ร	ป	ธ	ไ	ไ	ข	ซ	◌้	ธ	ค	า	ว
ซ	อ	ส	ล	◌ั	ด	ฉ	ก	ษ	า	ช	ร	ห	ย
ไ	ย	ญ	า	ฟ	ก	ว	ฝ	ณ	อ	◌้	◌ี	า	เ
อ	า	ห	า	ร	เ	ย	◌็	น	◌ี	อ	◌่	ร	ต
ษ	ภ	ผ	ส	ค	ก	ธ	ว	แ	◌้	น	อ	ก	◌ี
า	ค	บ	ม	◌้	ช	ส	จ	ใ	อ	ห	ง	ล	◌๋
เ	ค	ร	◌ี	◌่	อ	ง	เ	ท	ศ	ท	ด	า	ย
น	ผ	ล	ไ	ม	◌้	ม	ษ	ก	ณ	บ	◌ี	ง	ว
◌้	ศ	◌ั	ค	แ	ร	ท	ผ	พ	ล	น	◌่	ว	ป
◌ำ	ก	ต	ก	ผ	ย	ฟ	ศ	ญ	ธ	◌ี	ม	◌ั	ไ
ไ	ข	◌่	น	◌้	◌ำ	แ	ข	◌็	ง	ล	อ	น	ศ
ห	ไ	ว	ะ	ง	า	ซ	◌ุ	ป	ฟ	ล	ส	จ	จ

เครื่องดื่ม
เก้าอี้
ช้อน
อาหารกลางวัน
อร่อย
อาหารเย็น
น้ำ
เครื่องเทศ
ส้อม
ผลไม้
เค้ก
น้ำแข็ง
ผัก
ก๋วยเตี๋ยว
ไข่
ปลา
สลัด
เกลือ
บริกร
ซุป

21 - Couleurs

ฟ	ค	ส	ห	ภ	ส	ซ	พ	ล	ส	ส	◌้	ม	ว
ผ	◌ู	◌ี	เ	ด	◌ี	บ	ส	ฝ	◌ี	◌ี	ซ	ฟ	ฟ
ข	ค	เ	ท	า	ด	ส	◌ี	ะ	แ	น	ฟ	ต	ย
จ	ไ	ห	ช	ส	◌ำ	ต	น	า	ด	◌้	ไ	◌้	ข
บ	น	ล	ฉ	◌ี	ผ	ป	◌้	ล	ง	◌ำ	แ	ท	า
ฝ	บ	◌ี	ะ	ม	ย	ข	◌ำ	ศ	เ	ต	ล	ฟ	ส
บ	แ	อ	ภ	◌่	เ	ผ	เ	ต	ข	า	ว	ม	ธ
ไ	ะ	ง	จ	ว	ธ	แ	ง	ศ	◌้	ล	เ	ห	แ
ไ	ษ	ศ	อ	ง	ห	ไ	◌ิ	เ	ม	ช	ณ	แ	อ
ว	ะ	ล	ห	แ	ด	ง	น	ข	ศ	ร	ม	ฟ	ถ
ช	ฝ	พ	อ	ด	ฟ	ฝ	ง	◌ี	ฉ	ค	ล	พ	ฝ
ค	อ	ญ	ข	ง	ฟ	ต	ไ	ย	ย	ต	แ	ษ	◌ู
ค	ร	า	ม	ไ	เ	บ	จ	ว	ด	ม	อ	ญ	น
ซ	◌ี	เ	ป	◌ี	ย	ภ	ส	◌ี	ม	◌่	ว	ง	ย

เบจ
ขาว
สีน้ำเงิน
สีแดงเข้ม
สีฟ้า
ฟูเชีย
เทา
คราม
สีเหลือง
สีม่วงแดง
สีน้ำตาล
สีดำ
ส้ม
ชมพู
แดง
ซีเปีย
เขียว
สีม่วง

22 - Avions

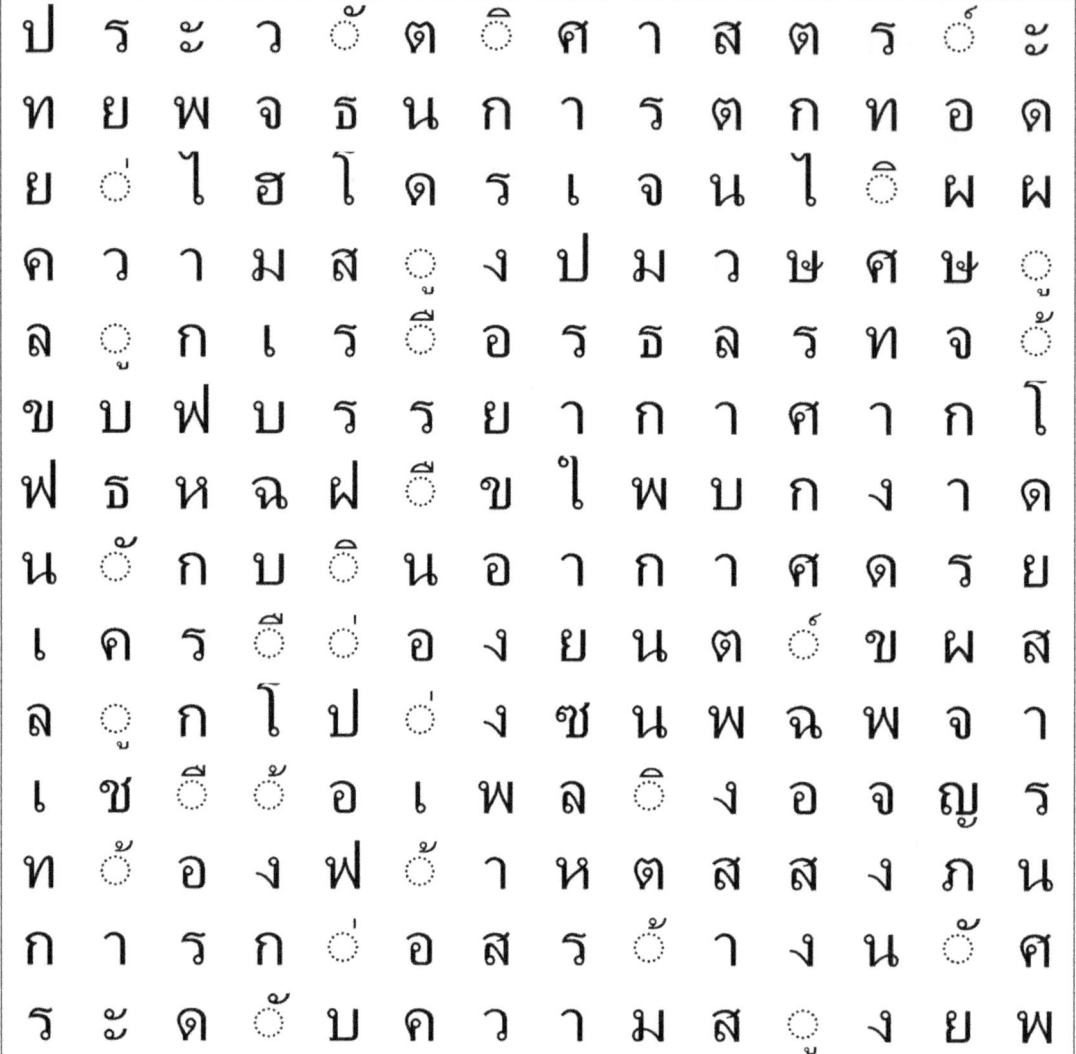

ป	ร	ะ	ว	◌ั	ต	◌ิ	ศ	า	ส	ต	ร	◌์	ะ
ท	ย	พ	จ	ธ	น	ก	า	ร	ต	ก	ท	อ	ด
ย	◌่	ไ	ฮ	โ	ด	ร	เ	จ	น	ไ	◌ิ	ผ	ผ
ค	ว	า	ม	ส	◌ู	ง	ป	ม	ว	ษ	ศ	ษ	◌ู
ล	◌ู	ก	เ	ร	◌ื	อ	ร	ธ	ล	ร	ท	จ	◌้
ข	บ	ฟ	บ	ร	ร	ย	า	ก	า	ศ	า	ก	โ
ฟ	ธ	ห	ฉ	ฝ	◌ี	ข	ใ	พ	บ	ก	ง	า	ด
น	◌ั	ก	บ	◌ิ	น	อ	า	ก	า	ศ	ด	ร	ย
เ	ค	ร	◌ื	◌่	อ	ง	ย	น	ต	◌์	ข	ผ	ส
ล	◌ู	ก	โ	ป	◌่	ง	ซ	น	พ	ฉ	พ	จ	า
เ	ช	◌ื	◌้	อ	เ	พ	ล	◌ิ	ง	อ	จ	ญ	ร
ท	◌้	อ	ง	ฟ	◌้	า	ห	ต	ส	ส	ง	ภ	น
ก	า	ร	ก	◌่	อ	ส	ร	◌้	า	ง	น	◌ั	ศ
ร	ะ	ด	◌ั	บ	ค	ว	า	ม	ส	◌ู	ง	ย	พ

อากาศ
ระดับความสูง
บรรยากาศ
ท่าเรือ
การผจญภัย
ลูกโป่ง
เชื้อเพลิง
ท้องฟ้า
การก่อสร้าง
การตกทอด
ทิศทาง
ลูกเรือ
พอง
ความสูง
ประวัติศาสตร์
ไฮโดรเจน
เครื่องยนต์
ผู้โดยสาร
นักบิน

23 - Aventure

น	ศ	จ	ะ	จ	โ	ฉ	ฟ	ก	ม	ค	จ	ธ	ก
ฝ	เ	พ	ื	่	อ	น	ล	ไ	ส	ว	พ	ว	า
ส	ผ	ค	ผ	ง	ก	ย	ต	พ	ห	า	ร	จ	ร
ต	ญ	ผ	ค	ว	า	ม	ย	า	ก	ม	ธ	ฝ	ต
ถ	ม	ม	ว	ซ	ส	ท	ษ	ท	ิ	ง	่	ไ	ร
ธ	ข	ด	า	ล	ร	ย	ผ	ั	จ	า	อ	พ	ะ
ธ	ร	ร	ม	ช	า	ต	ิ	ศ	ก	ม	ั	ถ	เ
ว	ธ	แ	ป	ข	ป	ส	ด	น	ร	ด	น	น	ต
อ	ข	ฝ	ล	ศ	ภ	อ	ป	ศ	ร	ธ	ต	ำ	ร
อ	ห	ม	อ	จ	ษ	ส	ก	ื	ม	ญ	ร	ร	ื
เ	ค	ก	ด	ฉ	ภ	ส	ต	ก	ง	ส	า	่	ย
ฝ	แ	ฟ	ภ	ก	ว	ไ	ิ	ษ	ท	ฟ	ย	อ	ม
ป	ฟ	ไ	ั	ญ	ษ	ป	ล	า	ย	ท	า	ง	ถ
ณ	ร	ค	ย	น	่	า	แ	ป	ล	ก	ใ	จ	ข

กิจกรรม	ผิดปกติ
เพื่อน	จอย
ความงาม	ธรรมชาติ
โอกาส	นำร่อง
อันตราย	ใหม่
ปลายทาง	การตระเตรียม
ความยาก	ความปลอดภัย
ทัศนศึกษา	น่าแปลกใจ

24 - Ville

พ	ค	ล	◌ิ	น	◌ิ	ก	ย	ป	ธ	แ	ต	า	ซ
ห	◌ิ	โ	ร	ง	เ	ร	◌ี	ย	น	ห	ล	บ	ร
◌้	ย	พ	ส	ร	◌้	า	น	อ	า	ห	า	ร	ธ
อ	เ	แ	◌ิ	ง	ก	า	า	ฉ	ค	ค	ด	ส	แ
ง	ง	โ	แ	ธ	ธ	โ	จ	ท	า	า	ล	น	ก
ส	เ	ด	ร	ร	ภ	เ	ร	ธ	ร	เ	ท	า	ล
ม	บ	อ	ย	ง	ไ	◌ั	ะ	ง	ไ	ฟ	ซ	ม	เ
◌ุ	เ	ก	แ	ห	แ	ถ	ณ	ว	ล	◌่	น	บ	ล
ด	ก	ไ	ท	ร	ป	ร	ภ	ฑ	ย	ะ	ไ	◌ิ	อ
ว	อ	ม	น	ย	ด	ห	ม	ล	◌์	พ	ค	น	ร
ไ	ร	◌้	า	น	ห	น	◌ั	ง	ส	◌ื	อ	ร	◌ี
ษ	◌ี	ด	ส	น	า	ม	ก	◌ี	ฬ	า	แ	ผ	◌่
ไ	◌่	◌ี	ร	◌้	า	น	ข	า	ย	ย	า	ผ	บ
ง	จ	ธ	ม	ห	า	ว	◌ิ	ท	ย	า	ล	◌ั	ย

สนามบิน
ธนาคาร
ห้องสมุด
เบเกอรี่
คาเฟ่
คลินิก
โรงเรียน
ดอกไม้ดี
แกลเลอรี่
โรงแรม
ร้านหนังสือ
ตลาด
พิพิธภัณฑ์
ร้านขายยา
ร้านอาหาร
สนามกีฬา
โรงละคร
มหาวิทยาลัย

25 - Cuisine

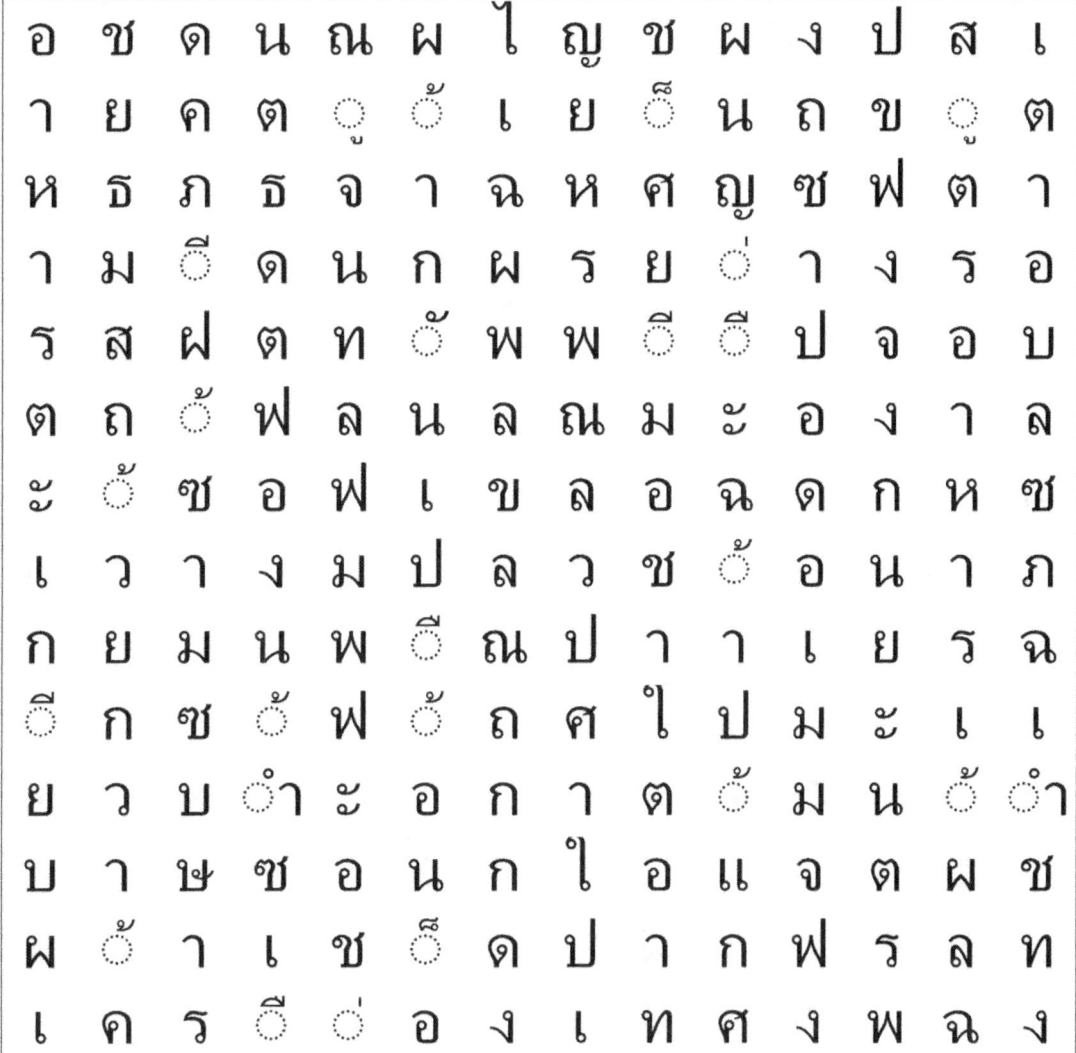

อ	ช	ด	น	ณ	ผ	ไ	ญ	ช	ผ	ง	ป	ส	เ
า	ย	ค	ต	ู	้	เ	ย	็	น	ถ	ข	ู	ต
ห	ธ	ภ	ธ	จ	า	ฉ	ห	ศ	ญ	ซ	ฟ	ต	า
า	ม	ี	ด	น	ก	ผ	ร	ย	่	า	ง	ร	อ
ร	ส	ฝ	ต	ท	ั	พ	พ	ี	ื	ป	จ	อ	บ
ต	ถ	้	ฟ	ล	น	ล	ณ	ม	ะ	อ	ง	า	ล
ะ	้	ซ	อ	ฟ	เ	ข	ล	อ	ฉ	ด	ก	ห	ซ
เ	ว	า	ง	ม	ป	ล	ว	ช	้	อ	น	า	ภ
ก	ย	ม	น	พ	ื	ณ	ป	า	า	เ	ย	ร	ฉ
ื	ก	ซ	้	ฟ	้	ถ	ศ	ไ	ป	ม	ะ	เ	แ
ย	ว	บ	ำ	ะ	อ	ก	า	ต	้	ม	น	้	ำ
บ	า	ษ	ซ	อ	น	ก	ไ	อ	แ	จ	ต	ผ	ช
ผ	้	า	เ	ช	็	ด	ป	า	ก	ฟ	ร	ล	ท
เ	ค	ร	ื	่	อ	ง	เ	ท	ศ	ง	พ	ฉ	ง

ตะเกียบ   ส้อม

ชาม   ย่าง

กาต้มน้ำ   ทัพพี

มีด   อาหาร

เหยือก   สูตรอาหาร

ช้อน   ตู้เย็น

เครื่องเทศ   ผ้าเช็ดปาก

ฟองน้ำ   ผ้ากันเปื้อน

เตาอบ   ถ้วย

26 - Corps Humain

ข	ญ	ถ	บ	ฉ	ญ	ฝ	ม	ใ	ข	ย	า	พ	ษ
า	◌้	โ	ฉ	ห	◌ั	ว	ต	◌ี	◌้	ง	เ	ห	ค
ซ	ณ	อ	ห	ท	ส	ณ	ส	ม	อ	ง	ว	◌ั	ผ
น	ภ	ษ	เ	ล	น	ฝ	ภ	ล	ศ	ณ	ท	ว	ฉ
ช	ล	ฐ	ฉ	ท	◌ิ	เ	ล	◌ี	อ	ด	◌้	ไ	พ
ข	ป	◌์	ผ	เ	◌้	ภ	ษ	ษ	ก	ว	อ	จ	แ
ค	า	ง	ษ	ข	ว	า	ห	ฟ	จ	ป	ง	ภ	ค
อ	ก	ก	ฉ	◌่	เ	ธ	ข	ฉ	ม	ค	ท	พ	ซ
ผ	ง	ย	ร	า	ด	ง	า	พ	◌ู	น	ฟ	ล	ร
◌ิ	จ	ฝ	ไ	ร	ต	ย	ป	เ	ก	ห	อ	ป	ไ
ว	ฉ	แ	ก	เ	ไ	ต	ศ	ศ	ต	ก	ผ	ญ	ซ
ต	ข	ไ	ห	ล	◌่	ก	ก	ร	ถ	เ	ส	ส	ค
ท	แ	ถ	◌ู	ช	ฝ	ฟ	ร	ห	น	◌้	า	ศ	ล
ด	ง	แ	ว	ด	น	ส	ด	ห	ไ	ซ	ญ	ศ	ล

ปาก
สมอง
ข้อเท้า
คอ
ข้อศอก
หัวใจ
นิ้ว
ท้อง
ไหล่
เข่า
โอษฐ์
มือ
ขากรรไกร
คาง
จมูก
หู
ผิว
เลือด
หัว
หน้า

27 - Épices

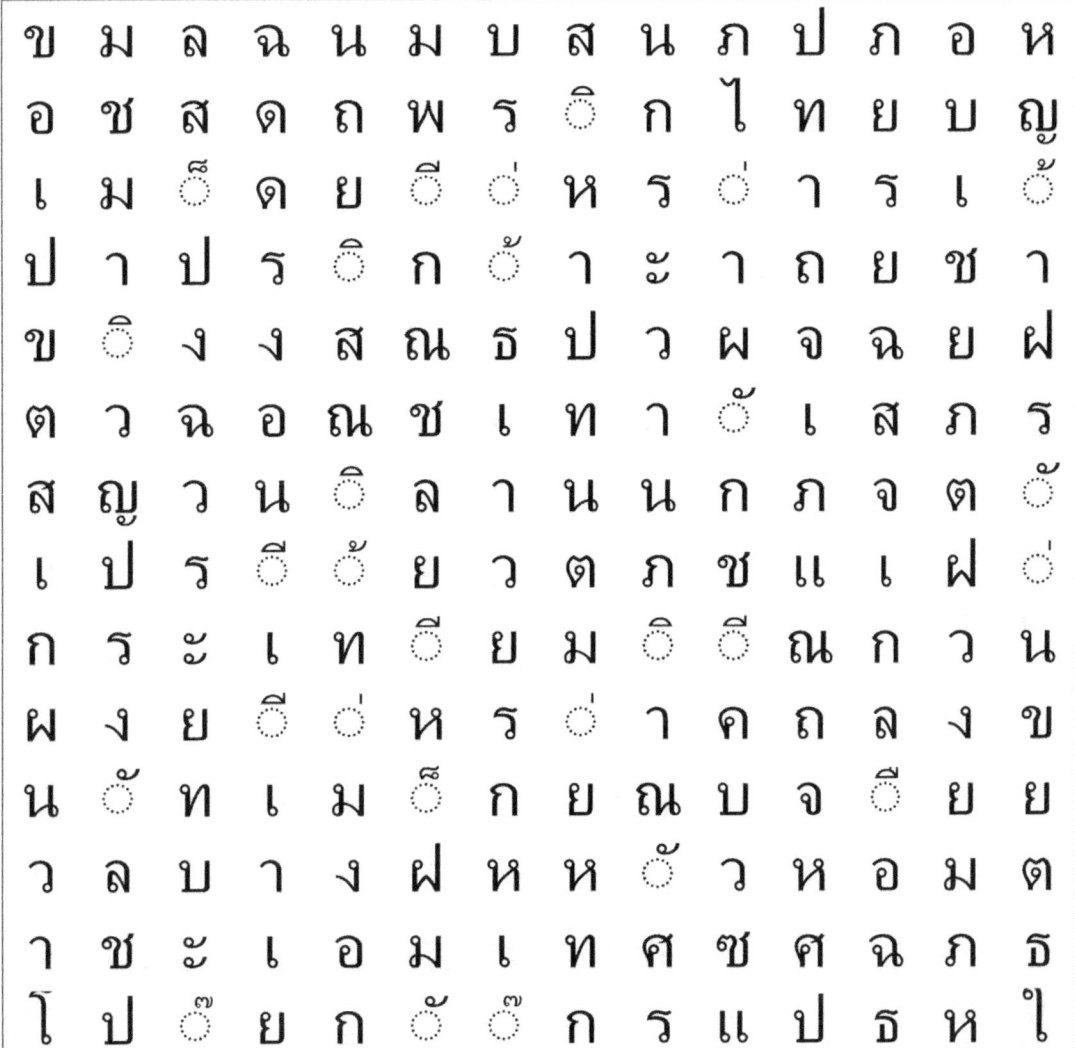

ข	ม	ล	ฉ	น	ม	บ	ส	น	ภ	ป	ภ	อ	ห
อ	ช	ส	ด	ถ	พ	ร	◌ิ	ก	ไ	ท	ย	บ	ญ
เ	ม	◌็	ด	ย	◌ี	◌่	ห	ร	◌่	า	ร	เ	◌้
ป	า	ป	ร	◌ิ	ก	◌้	า	ะ	า	ถ	ย	ช	า
ข	◌ิ	ง	ง	ส	ณ	ธ	ป	ว	ผ	จ	ฉ	ย	ฝ
ต	ว	ฉ	อ	ณ	ช	เ	ท	า	◌ั	เ	ส	ภ	ร
ส	ญ	ว	น	◌ิ	ล	า	น	น	ก	ภ	จ	ต	◌ั
เ	ป	ร	◌ี	◌ั	ย	ว	ต	ภ	ช	แ	เ	ฝ	◌่
ก	ร	ะ	เ	ท	◌ี	ย	ม	◌ิ	◌ี	ณ	ก	ว	น
ผ	ง	ย	◌ี	◌่	ห	ร	◌่	า	ค	ถ	ล	ง	ข
น	◌ั	ท	เ	ม	◌็	ก	ย	ณ	บ	จ	◌ี	ย	ย
ว	ล	บ	า	ง	ฝ	ห	ห	◌ั	ว	ห	อ	ม	ต
า	ช	ะ	เ	อ	ม	เ	ท	ศ	ซ	ศ	ฉ	ภ	ธ
โ	ป	◌๊	ย	ก	◌ั	◌๊	ก	ร	แ	ป	ธ	ห	ไ

เปรี้ยว
กระเทียม
ขม
โป๊ยกั๊ก
อบเชย
กระวาน
ผักชี
ผงยี่หร่า
แกง
เม็ดยี่หร่า
ขิง
นัทเม็ก
หัวหอม
ปาปริก้า
พริกไทย
ชะเอมเทศ
หญ้าฝรั่น
รสชาติ
เกลือ
วนิลา

28 - Science

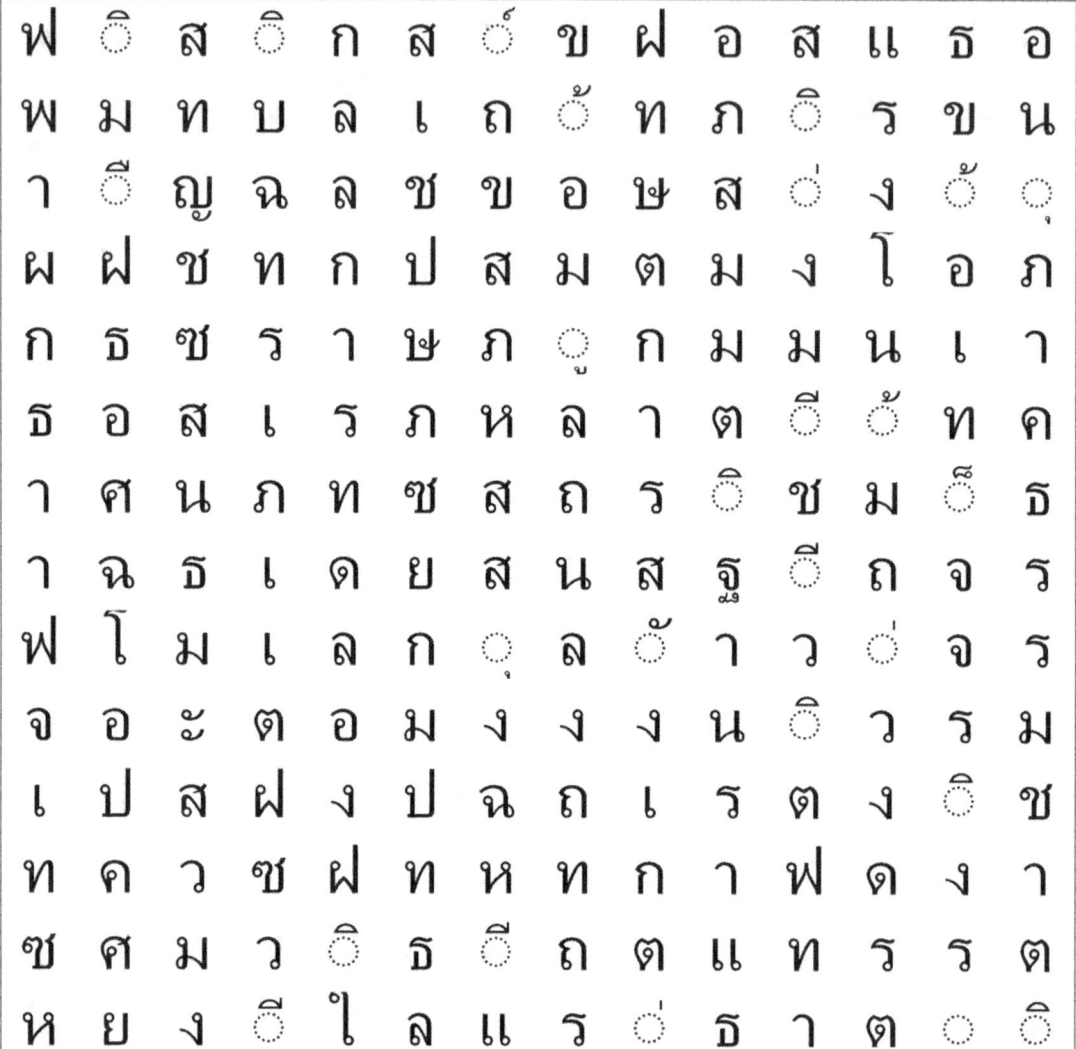

ฟ	◌ิ	ส	◌ิ	ก	ส	◌์	ข	ฝ	อ	ส	แ	ธ	อ
พ	ม	ท	บ	ล	เ	ถ	◌้	ท	ภ	◌ิ	ร	ข	น
า	◌ี	ญ	ฉ	ล	ช	ข	อ	ษ	ส	◌่	ง	◌้	◌ุ
ผ	ฝ	ช	ท	ก	ป	ส	ม	ต	ม	ง	โ	อ	ภ
ก	ธ	ซ	ร	า	ษ	ภ	◌ู	ก	ม	ม	น	เ	า
ธ	อ	ส	เ	ร	ภ	ห	ล	า	ต	◌ี	◌้	ท	ค
า	ศ	น	ภ	ท	ซ	ส	ถ	ร	◌ิ	ช	ม	◌็	ธ
า	ฉ	ธ	เ	ด	ย	ส	น	ส	ฐ	◌ี	ถ	จ	ร
ฟ	โ	ม	เ	ล	ก	◌ุ	ล	◌ั	า	ว	◌่	จ	ร
จ	อ	ะ	ต	อ	ม	ง	ง	ง	น	◌ิ	ว	ร	ม
เ	ป	ส	ฝ	ง	ป	ฉ	ถ	เ	ร	ต	ง	◌ิ	ช
ท	ค	ว	ซ	ฝ	ท	ห	ท	ก	า	ฟ	ด	ง	า
ซ	ศ	ม	ว	◌ิ	ธ	◌ี	ถ	ต	แ	ท	ร	ร	ต
ห	ย	ง	◌ี	ไ	ล	แ	ร	◌่	ธ	า	ต	◌ุ	◌ิ

อะตอม
เคมี
ข้อมูล
การทดลอง
ข้อเท็จจริง
ฟอสซิล
แรงโน้มถ่วง
สมมติฐาน
วิธี
แร่ธาตุ
โมเลกุล
ธรรมชาติ
การสังเกต
สิ่งมีชีวิต
อนุภาค
ฟิสิกส์
พืช

29 - Chats

พ	พ	ป	ไ	ห	ต	ช	อ	ย	บ	ศ	ต	ร	ด
ฮ	ญ	ป	ศ	ฟ	า	ณ	ต	อ	◌ุ	ถ	ฝ	เ	พ
อ	◌ั	ป	บ	ศ	พ	บ	ผ	ฉ	ค	ห	ย	า	ต
ธ	ส	น	ม	ง	เ	ส	บ	ษ	ล	ฟ	น	ไ	ล
ข	น	อ	เ	ร	◌็	ว	ฉ	อ	◌ิ	ส	ร	ะ	ก
ไ	◌ี	น	ษ	ต	เ	ย	ด	ห	ก	จ	ษ	ม	อ
ก	บ	◌้	า	ห	อ	ส	ญ	ภ	ภ	ซ	ม	ณ	ณ
ร	อ	อ	เ	ด	บ	ร	◌้	ง	า	ห	พ	า	ว
ง	า	ย	ผ	ล	ฝ	ฉ	◌์	น	พ	น	ศ	อ	ง
เ	ย	บ	ง	ป	◌่	า	ไ	ช	ด	◌ู	ถ	ศ	อ
ล	ฟ	น	ป	พ	ร	น	จ	ษ	ช	◌ั	ห	เ	ว
◌็	ณ	จ	ถ	ท	ณ	แ	ไ	ฟ	ร	ม	า	แ	ช
บ	ถ	พ	อ	า	ส	เ	ไ	ฉ	า	ะ	ง	ย	ไ
ไ	ช	ห	ณ	น	ฉ	ภ	ห	อ	ว	ฟ	ห	ล	ษ

ฮันเตอร์
นอน
ตลก
ขี้เล่น
เส้นด้าย
บ้า
ขน
กรงเล็บ
อิสระ
พาว
บุคลิกภาพ
น้อย
หาง
เร็ว
ป่า
หนู
อาย

30 - Vêtements

ส	ร	◌้	อ	ย	ข	◌้	อ	ม	◌ื	อ	ค	ก	ส
ผ	อ	พ	เ	ช	ข	บ	ก	ห	ม	ว	ก	า	ร
◌้	ง	น	ม	◌ุ	ฉ	ส	ว	ร	ฟ	เ	ป	ง	◌้
า	เ	ซ	า	ด	ไ	ก	ณ	แ	ะ	ม	จ	เ	อ
ก	ท	ถ	◌ุ	ง	ม	◌ื	อ	ฟ	ญ	โ	ะ	ก	ย
◌ั	◌้	เ	ส	◌ื	◌้	อ	ร	ช	ส	ค	ป	ง	ค
น	า	ส	ย	◌ี	น	ส	◌์	◌ั	ป	ส	ห	ร	อ
เ	แ	◌ื	ร	จ	ส	ร	ภ	◌่	ข	อ	ณ	ภ	ง
ป	ต	◌้	ก	ฟ	ต	อ	ย	น	ศ	ว	ซ	ษ	ท
◌ี	ะ	อ	ญ	ฟ	ช	ง	ถ	◌ุ	ง	เ	ท	◌้	า
◌้	บ	ค	ค	ว	ไ	เ	เ	ข	◌็	ม	ข	◌ั	ด
อ	ด	ล	ศ	ส	ล	ท	ช	◌ุ	ด	น	อ	น	ถ
น	บ	◌ุ	เ	ส	◌ื	◌้	อ	โ	ค	◌้	ท	ล	ถ
ช	ค	ม	ฟ	ผ	◌้	า	พ	◌ั	น	ค	อ	ต	จ

สร้อยข้อมือ
เข็มขัด
หมวก
ถุงเท้า
รองเท้า
เสื้อ
สร้อยคอ
ผ้าพันคอ
ถุงมือ
ยีนส์
กระโปรง
เสื้อโค้ท
แฟชั่น
กางเกง
เสื้อคลุม
ชุดนอน
ชุด
รองเท้าแตะ
ผ้ากันเปื้อน

31 - Arts Visuels

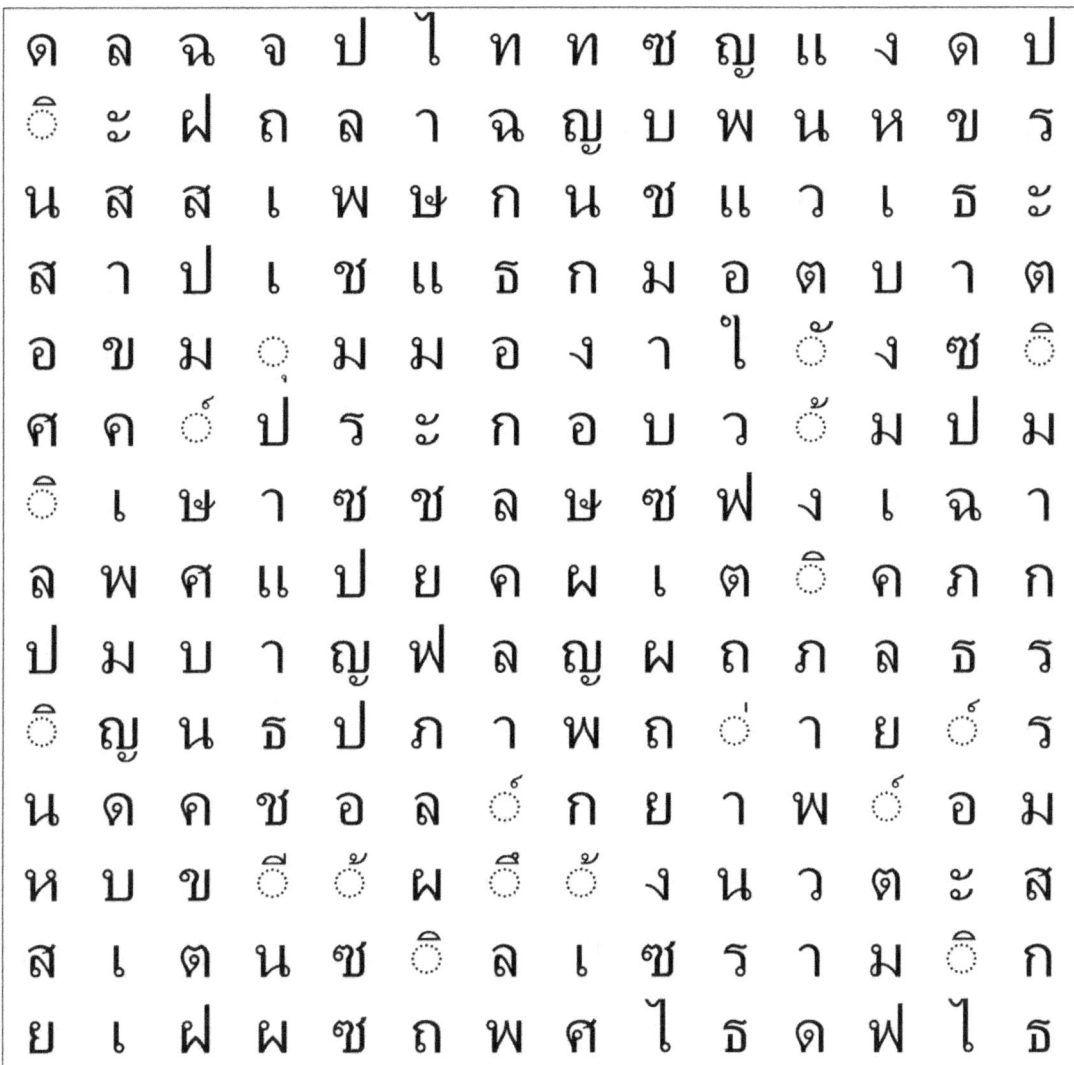

ด	ล	ฉ	จ	ป	ไ	ท	ท	ซ	ญ	แ	ง	ด	ป
◌ิ	ะ	ฝ	ถ	ล	า	ฉ	ญ	บ	พ	น	ห	ข	ร
น	ส	ส	เ	พ	ษ	ก	น	ช	แ	ว	เ	ธ	ะ
ส	า	ป	เ	ช	แ	ธ	ก	ม	อ	ต	บ	า	ต
อ	ข	ม	◌ุ	ม	ม	อ	ง	า	ไ	◌ั	ง	ซ	◌ิ
ศ	ค	◌์	ป	ร	ะ	ก	อ	บ	ว	◌้	ม	ป	ม
◌ิ	เ	ษ	า	ซ	ช	ล	ษ	ซ	ฟ	ง	เ	ฉ	า
ล	พ	ศ	แ	ป	ย	ค	ผ	เ	ต	◌ิ	ค	ภ	ก
ป	ม	บ	า	ญ	ฟ	ล	ญ	ผ	ถ	ภ	ล	ธ	ร
◌ิ	ญ	น	ธ	ป	ภ	า	พ	ถ	◌่	า	ย	◌์	ร
น	ด	ค	ช	อ	ล	◌์	ก	ย	า	พ	◌์	อ	ม
ห	บ	ข	◌ี	◌้	ผ	◌ึ	◌้	ง	น	ว	ต	ะ	ส
ส	เ	ต	น	ซ	◌ิ	ล	เ	ซ	ร	า	ม	◌ิ	ก
ย	เ	ฝ	ผ	ซ	ถ	พ	ศ	ไ	ธ	ด	ฟ	ไ	ธ

เคลย์
ศิลปิน
เซรามิก
ถ่าน
ขี้ผึ้ง
ค์ประกอบ
ชอล์ก
ดินสอ
ฟิล์ม
ภาพวาด
มุมมอง
ภาพถ่าย
สเตนซิล
แนวตั้ง
ประติมากรรม
ปากกา

32 - Méditation

ข	ไ	ท	ส	ษ	ส	ค	น	ย	ค	ณ	ห	ธ	ผ
ห	แ	ง	แ	พ	ก	ว	ผ	พ	ถ	ส	อ	ร	ธ
ส	ั	น	ต	ิ	ภ	า	พ	ฟ	ส	ศ	ไ	ร	ผ
ข	ก	า	ร	ย	อ	ม	ร	ั	บ	ง	ส	ม	ภ
อ	า	ร	ม	ณ	์	เ	ด	ส	ฟ	ไ	บ	ช	ค
ร	แ	ต	ุ	ข	ร	ม	ด	ห	ั	ร	ส	า	ว
ธ	ช	ภ	ม	ท	ไ	ต	ื	่	น	ง	จ	ต	า
ฟ	แ	ญ	ม	ถ	ล	ต	ซ	ห	ง	ฉ	เ	ิ	ม
ภ	ร	เ	อ	ค	ว	า	ม	ส	น	ใ	จ	ก	ก
ษ	ษ	แ	ง	ท	่	า	ท	า	ง	จ	ิ	ว	ต
ก	า	ร	ห	า	ย	ใ	จ	า	ป	ไ	ต	ญ	ั
ค	ว	า	ม	ช	ั	ด	เ	จ	น	ก	ษ	ถ	ญ
ด	น	ต	ร	ี	น	ิ	ส	ั	ย	ย	ก	ด	ญ
ก	า	ร	เ	ค	ล	ื	่	อ	น	ไ	ห	ว	ู

การยอมรับ	จิต
ความสนใจ	การเคลื่อนไหว
สงบ	ดนตรี
ความชัดเจน	ธรรมชาติ
ใจ	การสังเกต
อารมณ์	สันติภาพ
ตื่น	มุมมอง
ความเมตตา	ท่าทาง
ความกตัญญ	การหายใจ
นิสัย	

33 - Littérature

ก	า	ร	ว	◌ิ	เ	ค	ร	า	ะ	ห	◌์	ผ	ส
ค	ศ	ป	บ	ณ	ท	า	ก	ต	จ	ฉ	อ	◌ู	ว
ะ	◌ำ	เ	ป	ร	ะ	เ	ภ	ท	◌ั	ส	ภ	◌้	อ
ภ	ฝ	อ	ร	บ	ท	พ	◌ู	ด	ง	◌ั	บ	บ	ะ
แ	ฟ	า	◌ุ	◌ี	ฝ	ส	น	ไ	ห	ม	ท	ร	น
ก	ล	อ	น	ป	◌่	ย	ล	ผ	ว	ผ	ก	ร	า
ถ	เ	ท	ถ	ฟ	ม	อ	ไ	◌ู	ะ	◌ั	ว	ย	ล
ล	◌ั	ก	ษ	ณ	ะ	า	ง	◌้	ห	ส	◌ี	า	◌็
บ	า	ท	น	ค	ว	า	ม	เ	ห	◌็	น	ย	อ
ซ	ท	ร	◌ู	ป	แ	บ	บ	ข	ล	ข	◌ิ	ฟ	ก
ไ	น	ส	ง	ะ	ณ	พ	ธ	◌ี	ม	◌่	ย	ร	ฉ
ไ	น	ไ	ร	พ	ซ	ถ	ภ	ย	ฉ	น	า	ป	ช
ไ	อ	ล	ซ	◌ุ	ช	ท	ย	น	ก	ศ	ย	ซ	ฝ
ฝ	ศ	ช	◌ี	ว	ป	ร	ะ	ว	◌ั	ต	◌ิ	ะ	ฝ

อะนาล็อก
การวิเคราะห์
ผู้เขียน
ชีวประวัติ
บทสรุป
ลักษณะ
บทพูด
ประเภท
คำอุปมา
ผู้บรรยาย
เรื่องเล่า
ความเห็น
กลอน
บทกวี
สัมผัส
นิยาย
จังหวะ
รูปแบบ
ธีม

34 - Nourriture #1

ห	ห	จ	ท	เ	ล	พ	ผ	ญ	อ	บ	เ	ช	ย
ร	◌ั	◌ั	ป	ซ	ถ	ต	◌ั	ป	ร	า	ไ	ง	บ
ด	ผ	ว	ว	จ	อ	ด	ก	โ	ฝ	ร	ฉ	ซ	ก
ท	ห	เ	ห	ผ	ว	ล	โ	ห	ะ	◌์	ญ	ม	ร
น	ม	พ	ข	อ	◌ั	เ	ข	ร	ศ	เ	แ	ะ	ะ
ห	ไ	ล	ญ	ห	ม	ก	ม	ะ	ไ	ล	อ	น	เ
ป	ท	ส	ฉ	ส	ง	ล	ก	พ	ป	◌่	ป	า	ท
ท	◌ู	น	◌่	า	ง	◌ื	ธ	า	น	ย	ร	ว	◌ี
ภ	แ	เ	น	◌ี	◌้	อ	อ	ด	ด	◌์	◌ิ	ผ	ย
น	◌้	◌ำ	ผ	ล	ไ	ม	◌้	ส	บ	ไ	ค	ธ	ม
ณ	ด	ผ	ถ	ฝ	ส	ก	พ	ษ	ล	ภ	อ	ด	ญ
อ	อ	ะ	ษ	ง	ป	า	เ	ช	ธ	◌ั	ท	ะ	ซ
น	◌้	◌ำ	ต	า	ล	แ	ค	ร	อ	ท	ด	ฟ	ก
ว	ซ	◌ุ	ป	ร	ค	ฟ	ล	◌ู	ก	แ	พ	ร	◌์

แอปริคอท
กระเทียม
โหระพา
กาแฟ
อบเชย
แครอท
มะนาว
ผักโขม
น้ำผลไม้
นม
หัวผักกาด
หัวหอม
บาร์เล่ย์
ลูกแพร์
สลัด
เกลือ
ซุป
น้ำตาล
ทูน่า
เนื้อ

35 - Jours et Mois

ผ	ถ	ถ	ซ	ะ	ส	ก	ร	ก	ฎ	า	ค	ม	ก
จ	พ	ธ	ร	ไ	ว	◌ั	น	เ	ส	า	ร	◌์	◌ุ
ษ	ก	ง	า	อ	ญ	ว	ป	ม	ก	ร	า	ค	ม
ซ	ข	ค	ค	ไ	ย	ะ	◌ั	ด	ส	ษ	ซ	ว	ภ
พ	ฤ	ศ	จ	◌ิ	ก	า	ย	น	า	ง	ล	◌ั	า
บ	บ	ป	ฏ	◌ิ	ท	◌ิ	น	เ	พ	ห	อ	น	พ
ต	ง	บ	เ	ร	า	ก	ห	ด	ป	◌ุ	◌์	อ	◌ั
ส	◌ุ	ไ	ม	ร	ช	◌ั	ไ	◌ี	ล	พ	ธ	า	น
◌ิ	ฝ	ล	ษ	ข	ฝ	น	ฟ	อ	ช	ไ	ด	ท	ธ
ง	ซ	เ	า	ณ	ถ	ย	ซ	น	แ	ะ	แ	◌ิ	◌์
ห	ว	ข	ย	ค	ไ	า	า	า	อ	ว	ไ	ต	า
า	แ	ก	น	ศ	ม	ย	ษ	ด	ส	น	า	ย	ป
ค	ว	◌ั	น	จ	◌ั	น	ท	ร	◌์	ห	ส	◌์	ณ
ม	◌ี	น	า	ค	ม	◌ิ	ถ	◌ุ	น	า	ย	น	ต

สิงหาคม
เมษายน
ปฏิทิน
วันอาทิตย์
กุมภาพันธ์
มกราคม
กรกฎาคม
มิถุนายน
วันจันทร์
มีนาคม
วันพุธ
เดือน
พฤศจิกายน
ตุลาคม
วันเสาร์
สัปดาห์
กันยายน

36 - Championnat

เ	ห	ร	◌ี	ย	ญ	ถ	า	แ	เ	ผ	ช	ก	ก
ค	ท	ช	อ	ก	โ	ค	◌้	ช	ภ	◌ู	◌ิ	า	า
ก	ฝ	ร	ไ	ส	◌ี	บ	ล	ม	ก	◌้	ง	ร	ร
ห	ล	ช	บ	ะ	ค	ฬ	ษ	ป	แ	พ	แ	แ	แ
า	ค	ย	ช	บ	เ	ห	า	◌์	ร	◌ิ	ช	ส	ข
ย	จ	ว	◌ุ	ญ	ก	ล	ฟ	ส	ง	พ	ม	ด	◌่
ไ	ช	ค	า	ท	ม	◌ี	ป	ธ	จ	า	ป	ง	ง
จ	ญ	ป	ส	ม	ธ	ก	ง	ม	◌ู	ก	◌์	ท	ข
เ	ห	ง	◌ี	◌่	อ	◌์	ร	ร	ง	ษ	า	ว	◌ั
ช	◌ั	ย	ช	น	ะ	ด	พ	ค	ไ	า	ง	ค	น
ต	ซ	ฝ	แ	ไ	ส	ม	ท	ร	จ	ล	ช	ช	ฝ
ง	เ	ภ	อ	ข	ว	ป	◌ี	น	ร	พ	ฝ	ซ	ง
ณ	ศ	พ	ผ	ไ	า	ป	ม	ย	ะ	ฉ	ว	ถ	ป
ผ	ถ	ด	ญ	ไ	ะ	ภ	ล	ะ	า	ไ	ท	ณ	ห

แชมป์
ชิงแชมป์
ความอดทน
โค้ช
ทีม
เกม
ผู้พิพากษา
ลีก
เหรียญ
แรงจูงใจ
การแสดง
หายใจ
กีฬา
กลยุทธ์
การแข่งขัน
เหงื่อ
ชัยชนะ

37 - Pirates

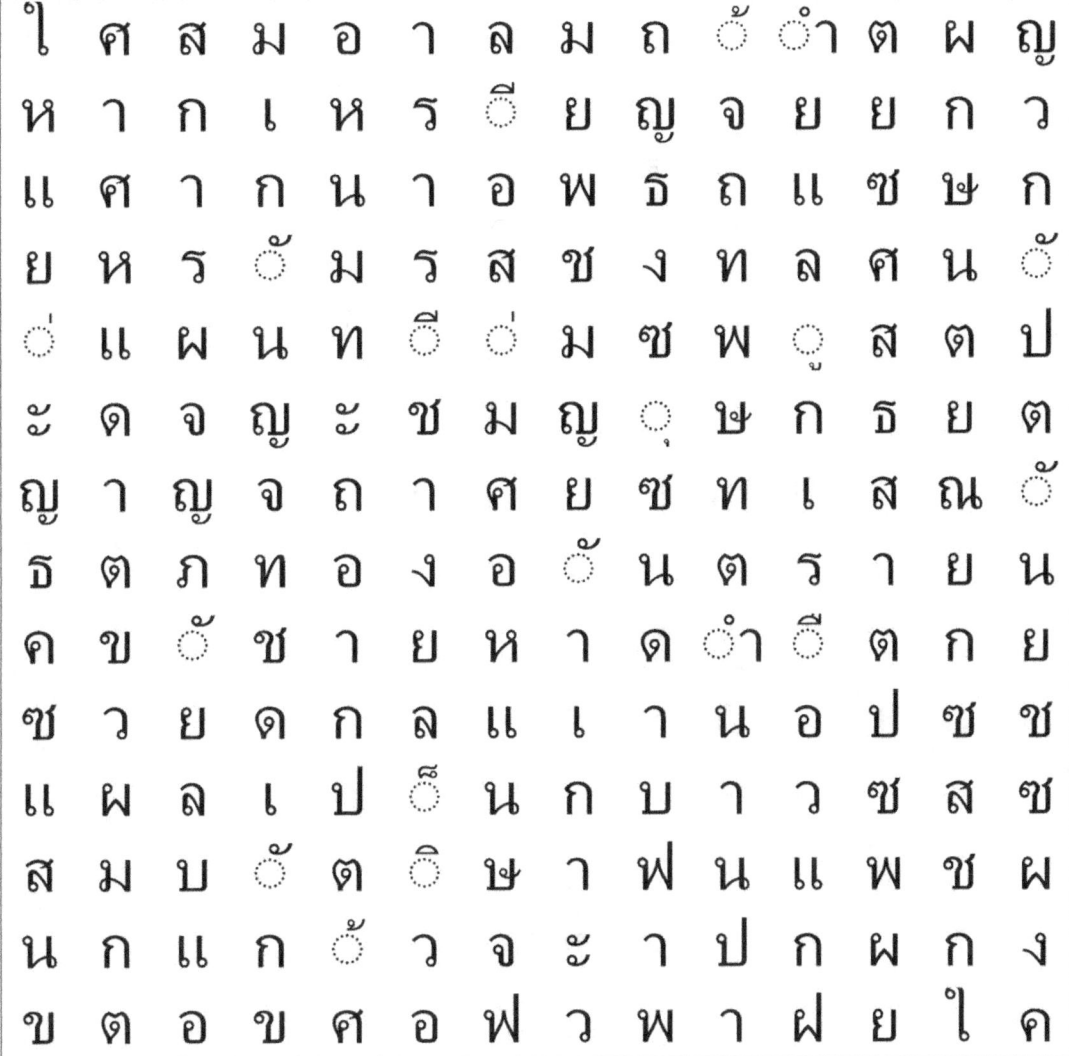

ไ	ศ	ส	ม	อ	า	ล	ม	ถ	◌ั	◌ำ	ต	ผ	ญ
ห	า	ก	เ	ห	ร	◌ี	ย	ญ	จ	ย	ย	ก	ว
แ	ศ	า	ก	น	า	อ	พ	ธ	ถ	แ	ซ	ษ	ก
ย	ห	ร	◌ั	ม	ร	ส	ช	ง	ท	ล	ศ	น	◌ั
◌่	แ	ผ	น	ท	◌ี	◌่	ม	ซ	พ	◌ู	ส	ต	ป
ะ	ด	จ	ญ	ะ	ช	ม	ญ	◌ุ	ษ	ก	ธ	ย	ต
ญ	า	ญ	จ	ถ	า	ศ	ย	ซ	ท	เ	ส	ณ	◌ั
ธ	ต	ภ	ท	อ	ง	อ	◌ั	น	ต	ร	า	ย	น
ค	ข	◌ั	ช	า	ย	ห	า	ด	◌ำ	◌ี	ต	ก	ย
ซ	ว	ย	ด	ก	ล	แ	เ	า	น	อ	ป	ซ	ช
แ	ผ	ล	เ	ป	◌็	น	ก	บ	า	ว	ซ	ส	ซ
ส	ม	บ	◌ั	ต	◌ิ	ษ	า	ฟ	น	แ	พ	ช	ผ
น	ก	แ	ก	◌้	ว	จ	ะ	า	ป	ก	ผ	ก	ง
ข	ต	อ	ข	ศ	อ	ฟ	ว	พ	า	ฝ	ย	ไ	ค

สมอ
การผจญภัย
กัปตัน
แผนที่
แผลเป็น
อันตราย
ธง
ดาบ
ลูกเรือ
ถ้ำ
เกาะ
ตำนาน
แย่
มหาสมุทร
ทอง
นกแก้ว
เหรียญ
ชายหาด
รัม
สมบัติ

38 - Activités

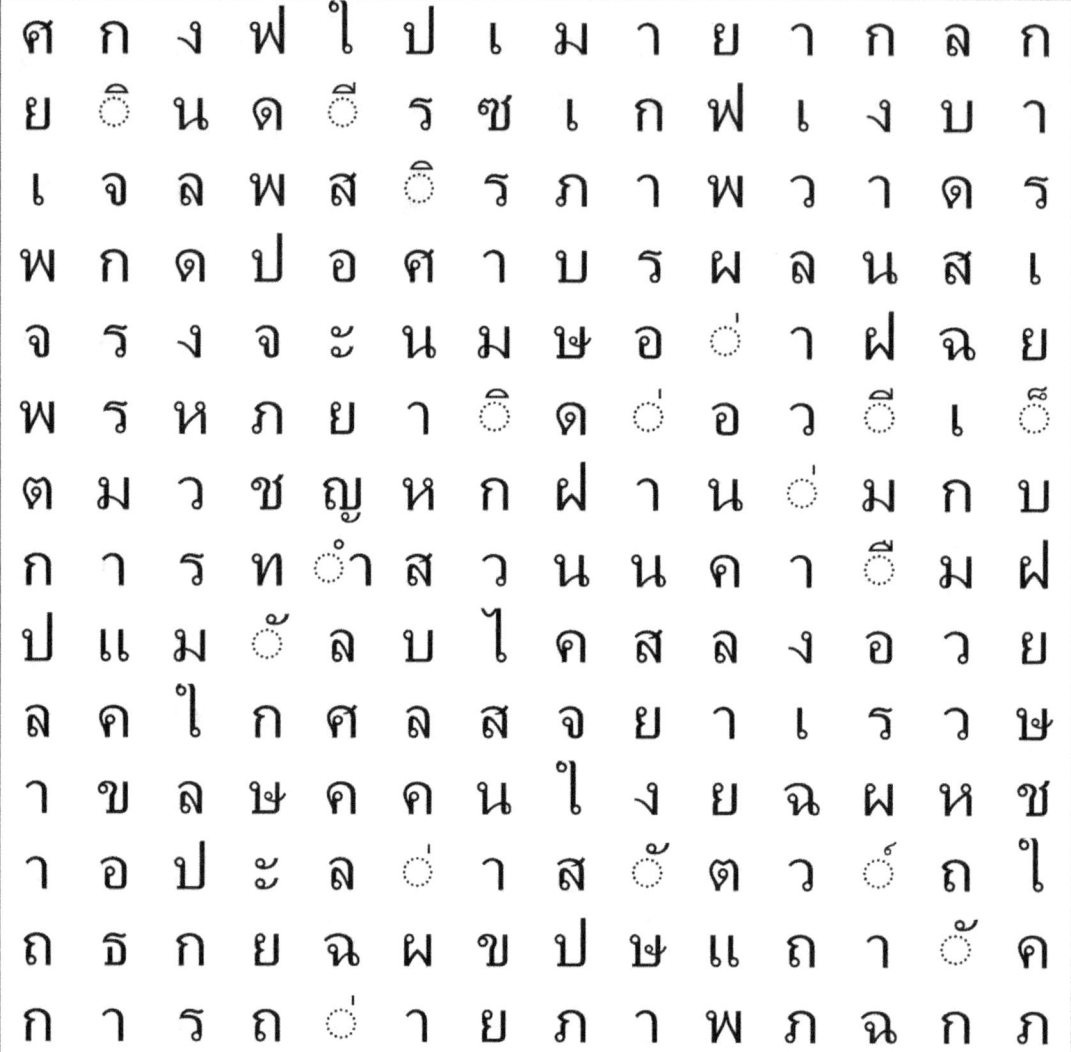

ศ	ก	ง	ฟ	ไ	ป	เ	ม	า	ย	า	ก	ล	ก
ย	◌ิ	น	ด	◌ี	ร	ซ	เ	ก	ฟ	เ	ง	บ	า
เ	จ	ล	พ	ส	◌ิ	ร	ภ	า	พ	ว	า	ด	ร
พ	ก	ด	ป	อ	ศ	า	บ	ร	ผ	ล	น	ส	เ
จ	ร	ง	จ	ะ	น	ม	ษ	อ	◌่	า	ฝ	ฉ	ย
พ	ร	ห	ภ	ย	า	◌ิ	ด	◌่	อ	ว	◌ี	เ	◌็
ต	ม	ว	ช	ญ	ห	ก	ฝ	า	น	◌่	ม	ก	บ
ก	า	ร	ท	◌ำ	ส	ว	น	น	ค	า	◌ื	ม	ฝ
ป	แ	ม	◌ั	ล	บ	ไ	ค	ส	ล	ง	อ	ว	ย
ล	ค	ไ	ก	ศ	ล	ส	จ	ย	า	เ	ร	ว	ษ
า	ข	ล	ษ	ค	ค	น	ไ	ง	ย	ฉ	ผ	ห	ช
า	อ	ป	ะ	ล	◌่	า	ส	◌ั	ต	ว	◌์	ถ	ไ
ถ	ธ	ก	ย	ฉ	ผ	ข	ป	ษ	แ	ถ	า	◌ั	ค
ก	า	ร	ถ	◌่	า	ย	ภ	า	พ	ภ	ฉ	ก	ภ

กิจกรรม
ศิลปะ
งานฝีมือ
เซรามิก
ล่าสัตว์
ทักษะ
การเย็บ
การทำสวน
เกม
การอ่าน
เวลาว่าง
มายากล
ภาพวาด
ตกปลา
การถ่ายภาพ
ยินดี
ปริศนา
ผ่อนคลาย
ถัก

39 - Fleurs

ก	ม	ม	ม	า	ญ	โ	ค	ล	เ	ว	อ	ร	◌์
◌ุ	ท	ะ	ท	◌ิ	ว	ล	◌ิ	ป	◌ิ	ว	ษ	ด	ช
ห	ก	ล	◌้	ว	ย	ไ	ม	◌้	จ	ล	แ	ณ	ข
ล	อ	◌ิ	ฉ	ย	แ	ม	ก	โ	น	เ	ล	◌ี	ย
า	ล	า	เ	ว	น	เ	ด	อ	ร	◌์	แ	◌ี	ณ
บ	ภ	ต	ฝ	ไ	ญ	ภ	ด	ไ	พ	◌ุ	ด	ท	◌่
ฝ	แ	ม	ฝ	ก	ผ	ซ	ล	ซ	โ	ข	น	ม	เ
ง	ป	เ	ส	ผ	ง	ษ	บ	ท	บ	ค	ด	◌่	ด
ด	◌๊	ฝ	ส	บ	า	น	แ	ก	ต	ษ	◌ิ	ว	ซ
ด	อ	ก	ท	า	น	ต	ะ	ว	◌ั	น	ไ	ง	◌ี
ฝ	ป	ล	ช	ล	ว	ก	ป	ท	◌๋	ย	ล	จ	◌่
ก	ป	◌ี	ป	บ	ภ	ร	ถ	ข	น	จ	อ	ต	ด
ป	◌ี	บ	แ	อ	า	ต	ส	ส	ญ	เ	อ	ถ	แ
ส	◌้	ช	◌่	อ	ด	อ	ก	ไ	ม	◌้	น	ว	ธ

ช่อดอกไม้
พุด
ชบา
มะลิ
ลาเวนเดอร์
ม่วง
ลิลลี่
แมกโนเลีย
เดซี่
กล้วยไม้
เสาวรส
ป๊อปปี้
กลีบ
แดนดิไลออน
โบตั๋น
กุหลาบ
ดอกทานตะวัน
โคลเวอร์
ทิวลิป

40 - Nourriture #2

ด	ข	ธ	ด	ถ	ณ	ศ	ร	ส	ศ	ฟ	ไ	พ	ช
ย	◌้	ศ	ม	แ	ข	◌ื	◌้	น	ฉ	◌่	า	ย	เ
บ	า	ป	ะ	อ	◌ั	ล	ม	อ	น	ด	◌์	ฉ	ช
ร	ว	ล	ม	ป	ล	า	อ	อ	ซ	ย	ร	ข	◌็
อ	น	ข	◌่	เ	ธ	เ	ท	ง	ไ	พ	ส	◌้	อ
ก	ก	แ	ว	ป	ห	ห	ช	ผ	◌ุ	ข	ซ	า	ค
โ	พ	ฮ	ง	◌ิ	ห	◌็	ก	อ	ไ	◌่	ษ	ว	โ
ค	แ	ม	ษ	◌้	แ	ด	แ	ล	ร	ท	น	ส	ก
ล	ร	ะ	อ	ล	ม	อ	ห	ย	◌้	◌์	ธ	า	แ
◌ี	ต	เ	ข	น	ม	ป	◌ั	ง	ย	ว	ร	ล	ล
า	ไ	ข	◌่	ค	ร	ณ	ล	ร	ห	ณ	ย	◌ี	ต
ว	ฟ	◌ี	ณ	ไ	ก	◌่	ะ	ย	ก	◌ี	ว	◌ี	◌่
ณ	น	อ	ม	ะ	เ	ข	◌ี	อ	เ	ท	ศ	อ	บ
า	ภ	แ	า	ย	แ	ส	ย	เ	ป	ฉ	ม	ย	ร

อัลมอนด์
มะเขือ
กล้วย
ข้าวสาลี
บรอกโคลี
เชอร์รี่
ขึ้นฉ่าย
เห็ด
ช็อคโกแลต
แฮม
กีวี่
มะม่วง
ไข่
ขนมปัง
ปลา
แอปเปิ้ล
ไก่
องุ่น
ข้าว
มะเขือเทศ

41 - Océan

น	ท	ห	ฝ	ป	ศ	ห	ค	ป	ษ	ซ	ห	ล	ข
◌้	◌ู	อ	ฟ	ษ	ณ	ร	ล	ไ	ธ	ป	◌ู	ล	ะ
◌ำ	น	ย	ญ	อ	ไ	ฟ	◌ี	ข	น	ะ	ป	ถ	ว
ข	◌่	น	ไ	ม	ง	ว	◌่	ะ	ต	ก	แ	ข	พ
◌ื	า	า	ไ	ม	ส	น	น	ฉ	ล	า	ม	ป	า
◌้	ด	ง	ป	ล	า	ฟ	◌้	ษ	พ	ร	ง	ล	ย
น	ค	ร	ป	บ	เ	น	ท	◌ำ	จ	◌ั	ก	า	◌ุ
น	ท	ม	ด	ย	ต	ฟ	บ	อ	ข	ง	ะ	ไ	ฝ
◌้	ว	ไ	ถ	ษ	◌่	ก	ธ	ฟ	ส	เ	พ	ห	ฝ
◌ำ	พ	า	ป	ล	า	โ	ล	ม	า	ก	ร	ล	ร
ล	บ	ง	ฬ	ห	ธ	ง	ช	ถ	ป	ล	◌ุ	ง	◌ี
ง	ย	แ	ะ	ด	ม	ซ	ไ	ค	แ	◌ื	น	◌้	ฟ
ฟ	ซ	น	เ	ร	◌ี	อ	ะ	ท	ฉ	อ	เ	ด	ง
ป	ล	า	ห	ม	◌ึ	ก	ย	◌ั	ก	ษ	◌์	ข	บ

ปลาไหล
วาฬ
เรือ
ปะการัง
ปู
กุ้ง
ปลาโลมา
ฟองน้ำ
หอยนางรม
น้ำขึ้นน้ำลง
แมงกะพรุน
ปลา
ปลาหมึกยักษ์
ฉลาม
รีฟ
เกลือ
พายุ
ทูน่า
เต่า
คลื่น

42 - Remplir

จ	บ	ต	ม	ฟ	น	ญ	ข	ว	แ	แ	แ	อ	ธ
ค	ฉ	ะ	ห	◌่	อ	◌่	า	ง	ผ	จ	น	ม	ง
ช	แ	ก	ป	ล	ข	ท	ส	ถ	ก	ก	ศ	ฝ	ม
ฟ	ภ	ร	ผ	ถ	ถ	ว	ย	ษ	ล	◌ั	ส	ง	พ
ล	◌ิ	◌้	น	ช	◌ั	ก	ด	ผ	◌่	น	ถ	◌ุ	ง
ษ	◌ั	า	ะ	โ	ฟ	ล	เ	ด	อ	ร	◌์	◌ั้	ฟ
ซ	อ	ง	จ	ด	ห	ม	า	ย	ง	ก	ก	ผ	ง
บ	ค	ถ	ก	ล	◌่	อ	ง	ฝ	ก	ร	ไ	ฟ	ธ
ช	ข	า	ฉ	ผ	บ	ด	น	ย	ร	ะ	เ	ญ	ย
ท	ด	ด	ห	ล	อ	ด	ส	ศ	ะ	เ	ะ	ต	ไ
ค	บ	า	ร	◌์	เ	ร	ล	ซ	ด	ป	ม	ท	ส
ม	ฝ	ล	อ	ษ	บ	ท	ม	ท	า	◌๋	น	ช	ฟ
ป	ผ	ไ	ฉ	ม	ง	ถ	ท	ฟ	ษ	า	ค	อ	แ
อ	◌่	า	ง	อ	า	บ	น	◌้	◌ำ	ข	น	ห	บ

อ่างอาบน้ำ
บาร์เรล
อ่าง
กล่อง
ขวด
ลัง
กล่องกระดาษ
โฟลเดอร์
ซองจดหมาย
ตะกร้า
ห่อ
ถาด
กระเป๋า
ถุง
ถัง
ลิ้นชัก
หลอด
แจกัน

43 - Ballet

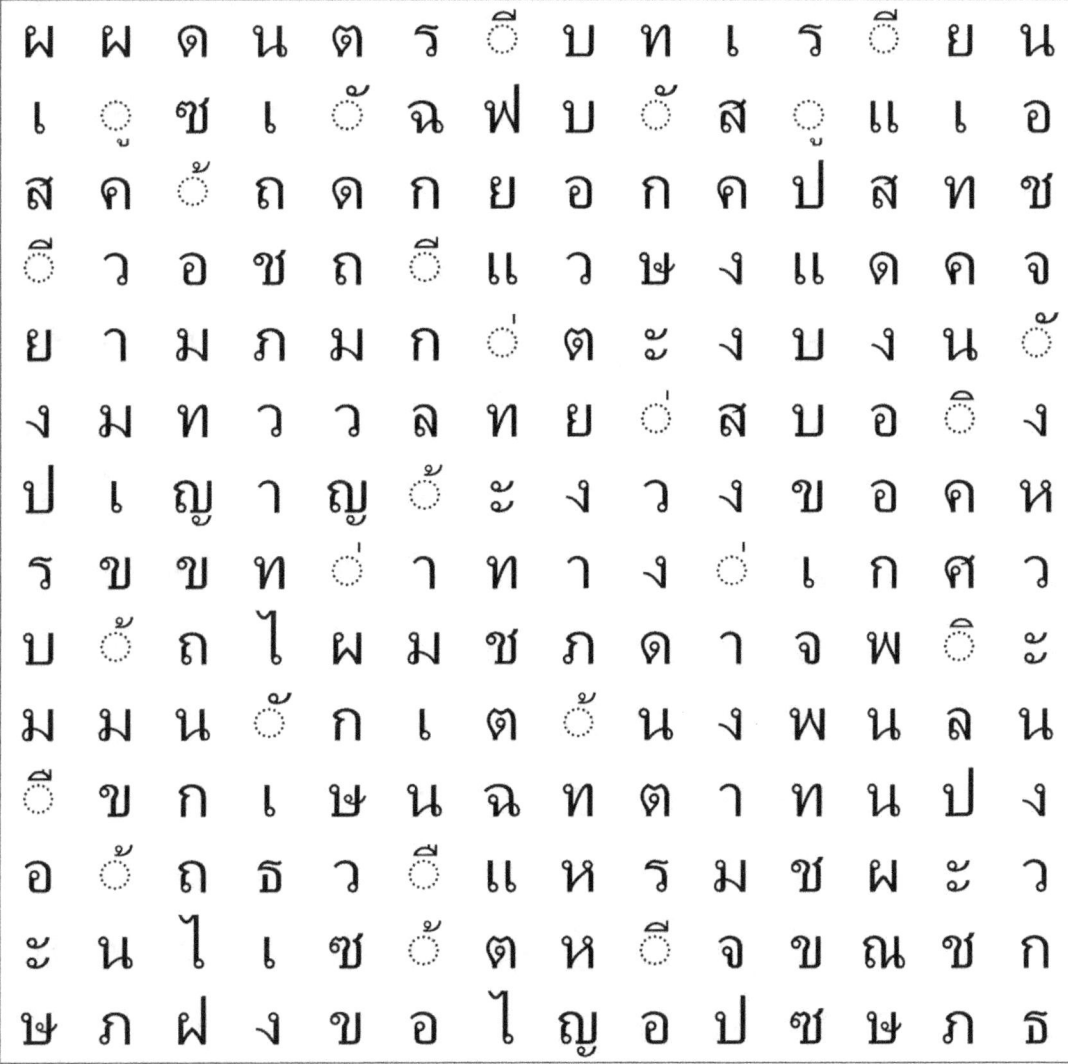

ผ	ผ	ด	น	ต	ร	◌ี	บ	ท	เ	ร	◌ี	ย	น
เ	◌ู	ซ	เ	◌ั	ฉ	ฟ	บ	◌ั	ส	◌ู	แ	เ	อ
ส	ค	◌้	ถ	ด	ก	ย	อ	ก	ค	ป	ส	ท	ช
◌ี	ว	อ	ช	ถ	◌ี	แ	ว	ษ	ง	แ	ด	ค	จ
ย	า	ม	ภ	ม	ก	◌่	ต	ะ	ง	บ	ง	น	◌ั
ง	ม	ท	ว	ว	ล	ท	ย	◌่	ส	บ	อ	◌ิ	ง
ป	เ	ญ	า	ญ	◌้	ะ	ง	ว	ง	ข	อ	ค	ห
ร	ข	ข	ท	◌่	า	ท	า	ง	◌่	เ	ก	ศ	ว
บ	◌้	ถ	ไ	ผ	ม	ช	ภ	ด	า	จ	พ	◌ิ	ะ
ม	ม	น	◌ั	ก	เ	ต	◌้	น	ง	พ	น	ล	น
◌ี	ข	ก	เ	ษ	น	ฉ	ท	ต	า	ท	น	ป	ง
อ	◌้	ถ	ธ	ว	◌ี	แ	ห	ร	ม	ช	ผ	ะ	ว
ะ	น	ไ	เ	ซ	◌้	ต	ห	◌ี	จ	ข	ณ	ช	ก
ษ	ภ	ฝ	ง	ข	อ	ไ	ญ	อ	ป	ซ	ษ	ภ	ธ

เสียงปรบมือ
ศิลปะ
ทักษะ
นักแต่งเพลง
นักเต้น
แสดงออก
ท่าทาง
สง่างาม
ความเข้มข้น
บทเรียน
กล้ามเนื้อ
ดนตรี
วงดนตรี
ผู้ชม
ซ้อม
จังหวะ
เดี่ยว
รูปแบบ
เทคนิค

44 - Fruit

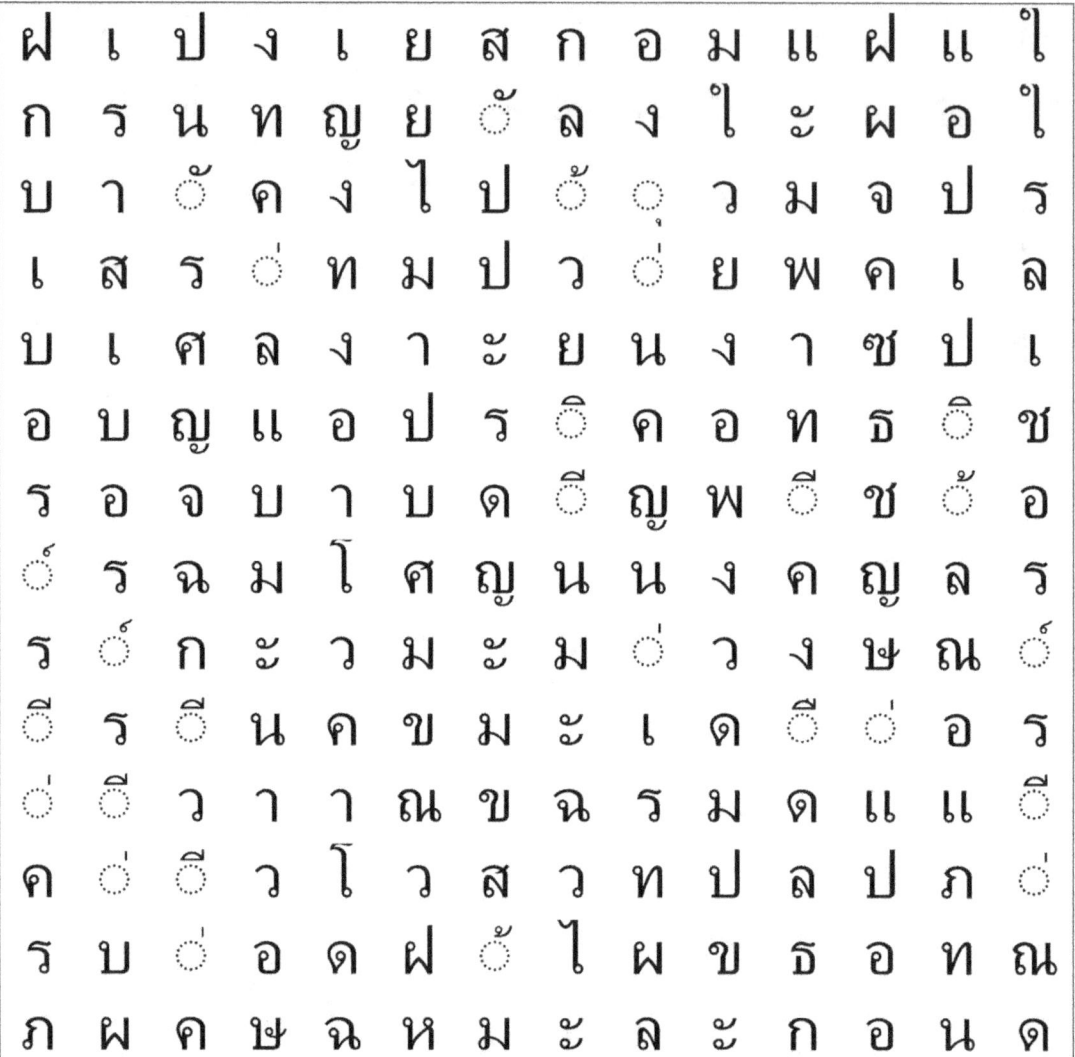

ฝ	เ	ป	ง	เ	ย	ส	ก	อ	ม	แ	ฝ	แ	ไ
ก	ร	น	ท	ญ	ย	◌ั	ล	ง	ไ	ะ	ผ	อ	ไ
บ	า	◌ั	ค	ง	ไ	ป	◌้	◌ุ	ว	ม	จ	ป	ร
เ	ส	ร	◌่	ท	ม	ป	ว	◌่	ย	พ	ค	เ	ล
บ	เ	ศ	ล	ง	า	ะ	ย	น	ง	า	ซ	ป	เ
อ	บ	ญ	แ	อ	ป	ร	◌ิ	ค	อ	ท	ธ	◌ิ	ช
ร	อ	จ	บ	า	บ	ด	◌ี	ญ	พ	◌ี	ช	◌้	อ
◌์	ร	ฉ	ม	โ	ศ	ญ	น	น	ง	ค	ญ	ล	ร
ร	◌์	ก	ะ	ว	ม	ะ	ม	◌่	ว	ง	ษ	ณ	◌์
◌ี	ร	◌ี	น	ค	ข	ม	ะ	เ	ด	◌ี	◌่	อ	ร
◌่	◌ี	ว	า	า	ณ	ข	ฉ	ร	ม	ด	แ	แ	◌ี
ค	◌่	◌ี	ว	โ	ว	ส	ว	ท	ป	ล	ป	ภ	◌่
ร	บ	◌่	อ	ด	ฝ	◌้	ไ	ผ	ข	ธ	อ	ท	ณ
ภ	ผ	ค	ษ	ฉ	ห	ม	ะ	ล	ะ	ก	อ	น	ด

แอปริคอท
สัปปะรด
อาโวคาโด
เบอร์รี่
กล้วย
เชอร์รี่
มะนาว
มะเดื่อ
ราสเบอร์รี่
ฝรั่ง
กีวี่
มะม่วง
เมลอน
เนคทารีน
ส้ม
มะละกอ
พีช
แอปเปิ้ล
องุ่น

45 - Surf

ษ	ค	ว	า	ม	เ	ร	◌็	ว	ส	ช	ส	ย	ม
ป	แ	ด	ค	ล	◌ี	◌่	น	ย	ล	า	น	ส	ห
ส	◌ุ	ด	ข	◌ี	ด	อ	ร	เ	ญ	ย	◌ุ	ภ	า
ะ	ส	น	ะ	ต	ฉ	ป	ไ	◌ี	โ	ห	ก	า	ส
ก	ด	◌ั	ต	ต	ม	ไ	น	ห	ฟ	า	ฝ	พ	ม
ศ	ะ	ก	ญ	ป	ย	ฟ	ณ	ฉ	ม	ด	ล	อ	◌ุ
ณ	ณ	ก	ท	ผ	ง	ท	ญ	ม	ง	◌่	ว	า	ท
ล	ต	◌ี	ะ	ฝ	ย	◌้	ศ	ข	ข	ฉ	ย	ก	ร
ซ	ท	ฟ้	ก	อ	◌ู	อ	ง	ง	น	ะ	ฝ	า	ษ
แ	ต	า	ษ	ศ	ธ	ง	ญ	แ	ไ	ว	ท	ศ	ส
ร	◌ู	ป	แ	บ	บ	แ	ช	ม	ป	◌์	ฟ	ะ	ฝ
ง	เ	ถ	ป	ฉ	ข	ฟ	ล	น	ล	พ	ผ	ง	ด
เ	ป	◌็	น	ท	◌ี	◌่	น	◌ิ	ย	ม	ต	ล	ย
บ	า	ต	ต	ถ	อ	ษ	ษ	ธ	ท	ฉ	ส	ไ	จ

สนุก
นักกีฬา
แชมป์
มือใหม่
ท้อง
สุดขีด
แรง
ฝูงชน
สภาพอากาศ
โฟม
มหาสมุทร
ชายหาด
เป็นที่นิยม
รีฟ
รูปแบบ
คลื่น
ความเร็ว

46 - Technologie

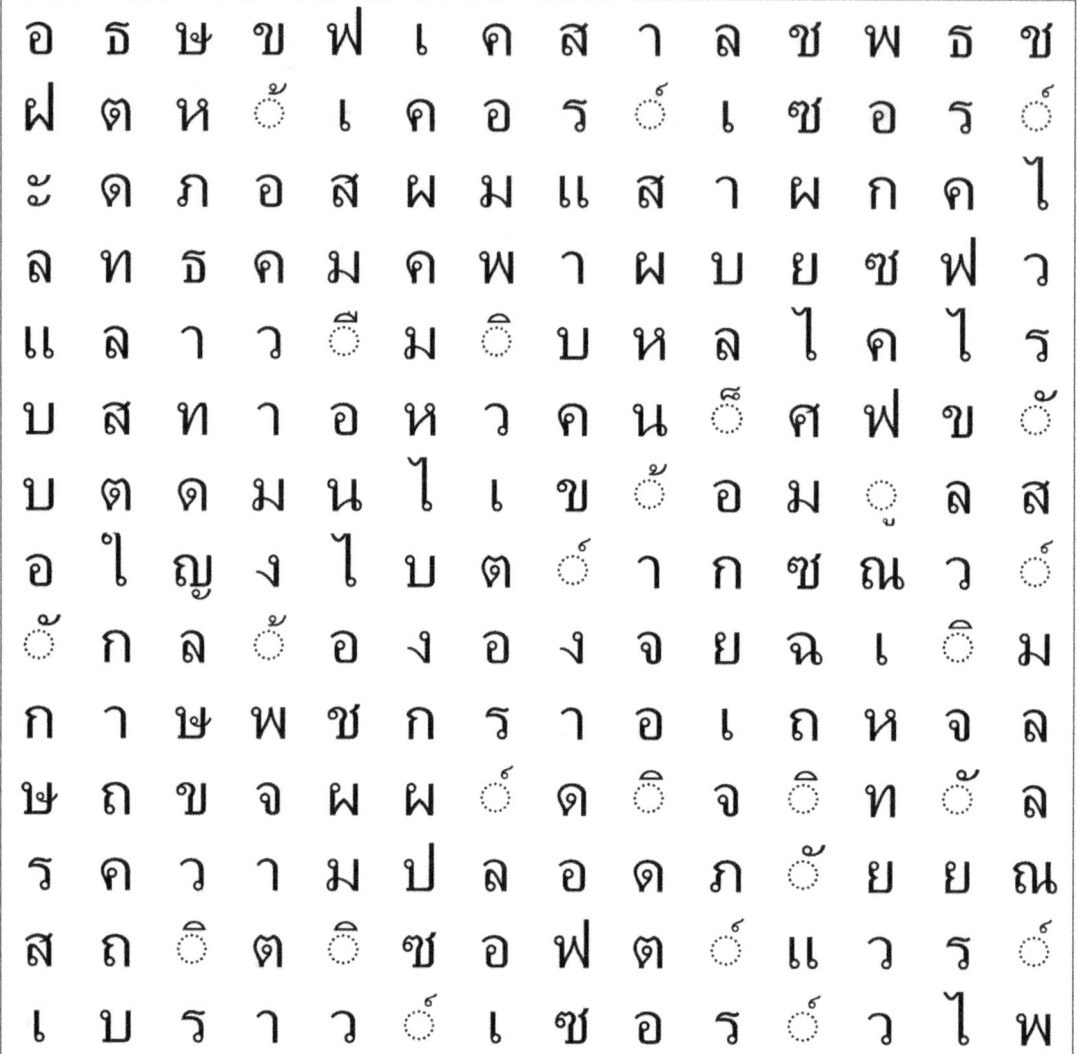

อ	ธ	ษ	ข	ฟ	เ	ค	ส	า	ล	ช	พ	ธ	ช
ฝ	ต	ห	้	เ	ค	อ	ร	์	เ	ซ	อ	ร	์
ะ	ด	ภ	อ	ส	ผ	ม	แ	ส	า	ผ	ก	ค	ไ
ล	ท	ธ	ค	ม	ค	พ	า	ผ	บ	ย	ซ	ฟ	ว
แ	ล	า	ว	ื	ม	ิ	บ	ห	ล	ไ	ค	ไ	ร
บ	ส	ท	า	อ	ห	ว	ค	น	็	ศ	ฟ	ข	์
บ	ต	ด	ม	น	ไ	เ	ข	้	อ	ม	ู	ล	ส
อ	ไ	ญ	ง	ไ	บ	ต	์	า	ก	ซ	ณ	ว	์
้	ก	ล	้	อ	ง	อ	ง	จ	ย	ฉ	เ	ิ	ม
ก	า	ษ	พ	ช	ก	ร	า	อ	เ	ถ	ห	จ	ล
ษ	ถ	ข	จ	ผ	ผ	์	ด	ิ	จ	ิ	ท	ั	ล
ร	ค	ว	า	ม	ป	ล	อ	ด	ภ	ั	ย	ย	ณ
ส	ถ	ิ	ต	ิ	ซ	อ	ฟ	ต	์	แ	ว	ร	์
เ	บ	ร	า	ว	์	เ	ซ	อ	ร	์	ว	ไ	พ

แสดง	ดิจิทัล
บล็อก	ไบต์
กล้อง	คอมพิวเตอร์
เคอร์เซอร์	แบบอักษร
ข้อมูล	วิจัย
หน้าจอ	ความปลอดภัย
ไฟล์	สถิติ
ซอฟต์แวร์	เสมือน
ข้อความ	ไวรัส
เบราว์เซอร์	

47 - Comédie

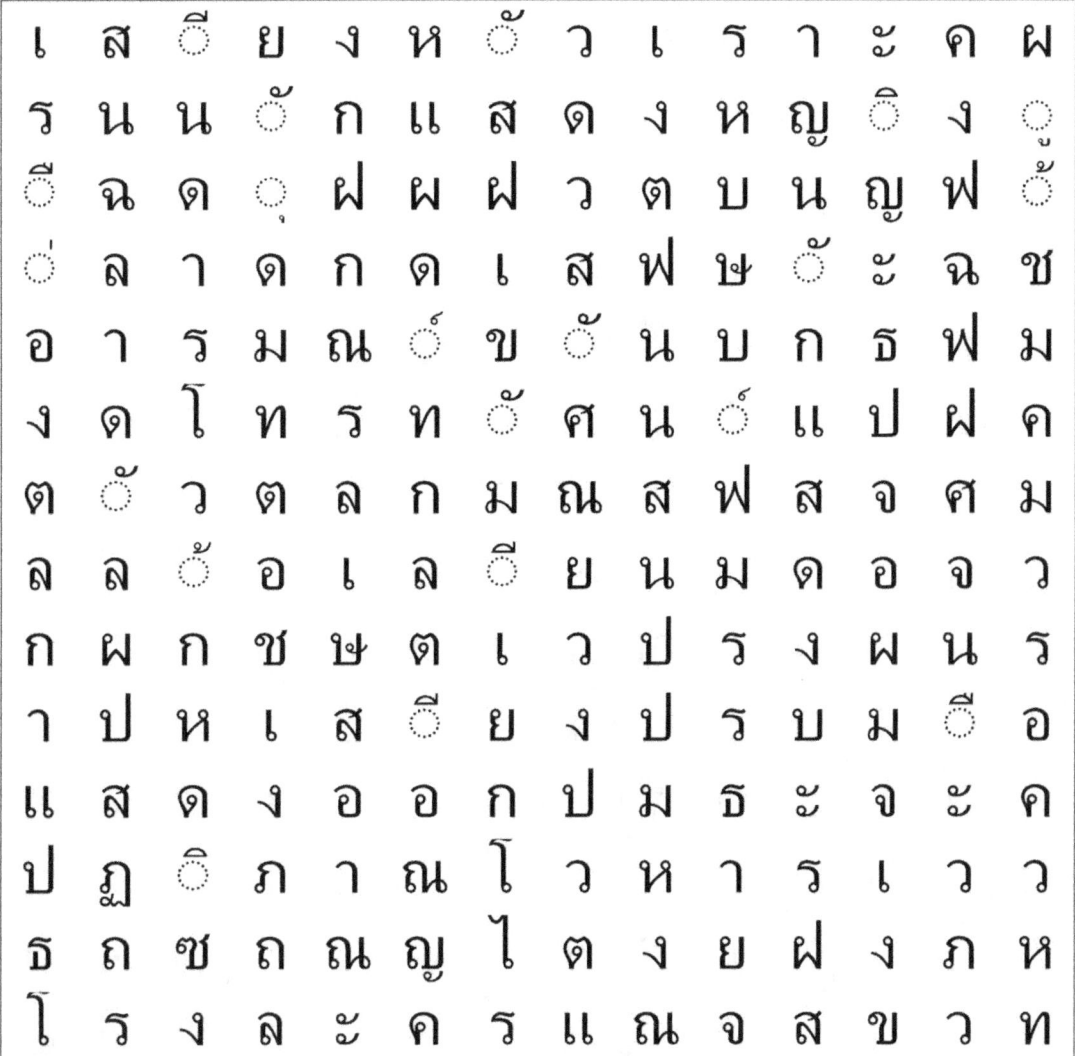

เ	ส	◌ี	ย	ง	ห	◌ั	ว	เ	ร	า	ะ	ค	ผ
ร	น	น	◌ั	ก	แ	ส	ด	ง	ห	ญ	◌ิ	ง	◌ู
◌ื	ฉ	ด	◌ุ	ฝ	ผ	ฝ	ว	ต	บ	น	ญ	ฟ	◌้
◌่	ล	า	ด	ก	ด	เ	ส	ฟ	ษ	◌ั	ะ	ฉ	ช
อ	า	ร	ม	ณ	◌์	ข	◌ั	น	บ	ก	ธ	ฟ	ม
ง	ด	โ	ท	ร	ท	◌ั	ศ	น	◌์	แ	ป	ฝ	ค
ต	◌ั	ว	ต	ล	ก	ม	ณ	ส	ฟ	ส	จ	ศ	ม
ล	ล	◌้	อ	เ	ล	◌ี	ย	น	ม	ด	อ	จ	ว
ก	ผ	ก	ช	ษ	ต	เ	ว	ป	ร	ง	ผ	น	ร
า	ป	ห	เ	ส	◌ี	ย	ง	ป	ร	บ	ม	◌ื	อ
แ	ส	ด	ง	อ	อ	ก	ป	ม	ธ	ะ	จ	ะ	ค
ป	ฏ	◌ิ	ภ	า	ณ	โ	ว	ห	า	ร	เ	ว	ว
ธ	ถ	ซ	ถ	ณ	ญ	ไ	ต	ง	ย	ฝ	ง	ภ	ห
โ	ร	ง	ล	ะ	ค	ร	แ	ณ	จ	ส	ข	ว	ท

นักแสดง
นักแสดงหญิง
สนุก
เสียงปรบมือ
เรื่องตลก
ตัวตลก
ตลก
แสดงออก
ประเภท
อารมณ์ขัน
ปฏิภาณโวหาร
ฉลาด
ล้อเลียน
ผู้ชม
เสียงหัวเราะ
โทรทัศน์
โรงละคร

48 - Météo

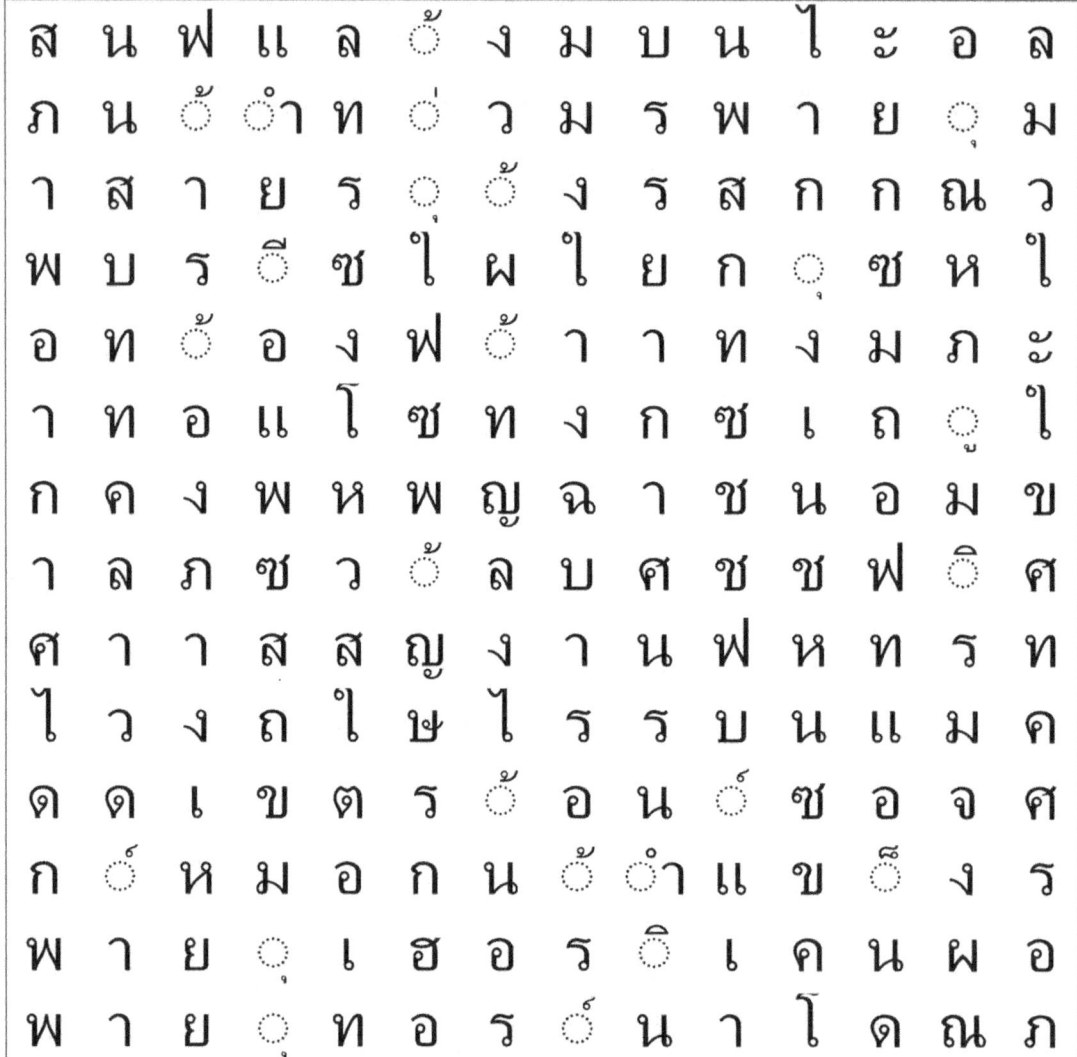

ส	น	ฟ	แ	ล	◌้	ง	ม	บ	น	ไ	ะ	อ	ล
ภ	น	◌้	◌ำ	ท	◌่	ว	ม	ร	พ	า	ย	◌ุ	ม
า	ส	า	ย	ร	◌ุ	◌้	ง	ร	ส	ก	ก	ณ	ว
พ	บ	ร	◌ี	ซ	ไ	ผ	ไ	ย	ก	◌ุ	ซ	ห	ไ
อ	ท	◌้	อ	ง	ฟ	◌้	า	า	ท	ง	ม	ภ	ะ
า	ท	อ	แ	โ	ซ	ท	ง	ก	ซ	เ	ถ	◌ู	ไ
ก	ค	ง	พ	ห	พ	ญ	ฉ	า	ช	น	อ	ม	ข
า	ล	ภ	ซ	ว	◌้	ล	บ	ศ	ช	ช	ฟ	◌ิ	ศ
ศ	า	า	ส	ส	ญ	ง	า	น	ฟ	ห	ท	ร	ท
ไ	ว	ง	ถ	ไ	ษ	ไ	ร	ร	บ	น	แ	ม	ค
ด	ด	เ	ข	ต	ร	◌้	อ	น	◌์	ซ	อ	จ	ศ
ก	◌์	ห	ม	อ	ก	น	◌้	◌ำ	แ	ข	◌็	ง	ร
พ	า	ย	◌ุ	เ	ฮ	อ	ร	◌ิ	เ	ค	น	ผ	อ
พ	า	ย	◌ุ	ท	อ	ร	◌์	น	า	โ	ด	ณ	ภ

สายรุ้ง
บรรยากาศ
บรีซ
หมอก
ท้องฟ้า
สภาพอากาศ
น้ำแข็ง
น้ำท่วม
มรสุม
คลาวด์
พายุเฮอริเคน
โพลาร์
แห้ง
แล้ง
อุณหภูมิ
พายุ
ฟ้าร้อง
พายุทอร์นาโด
เขตร้อน
ลม

49 - Châteaux

ห	ฉ	ด	ษ	พ	ม	◌ั	ง	ก	ร	ธ	ญ	พ	ป
น	ร	า	ช	ว	ง	ศ	◌์	ไ	จ	ส	เ	ร	◌้
◌ั	ห	บ	ง	เ	ก	ร	า	ะ	โ	ล	◌่	ะ	อ
ง	อ	ญ	ว	จ	◌ุ	อ	◌ั	ศ	ว	◌ิ	น	ร	ม
ส	ค	น	พ	◌้	ฎ	เ	า	ข	ม	ฝ	ธ	า	ย
ต	อ	ด	ค	า	ฟ	ธ	จ	ณ	น	ซ	ด	ช	◌ู
◌ิ	ย	ะ	พ	ห	เ	ย	ช	◌้	า	ก	แ	ว	น
◌๊	บ	ธ	พ	ญ	ผ	น	◌ั	ง	า	จ	จ	◌ั	◌ิ
ก	จ	ห	ง	◌ิ	ศ	ค	◌้	ด	า	ช	◌ั	ง	ค
ศ	ญ	เ	น	ง	ฝ	ฉ	น	ณ	า	ศ	า	ก	อ
ฟ	◌ิ	ว	ด	◌ั	ล	ธ	ส	ม	◌้	า	ง	ย	ร
ช	ท	ญ	ส	ต	น	แ	◌ู	ญ	ช	ฉ	ง	ม	◌์
ป	ว	ภ	ย	ว	ค	แ	ง	ถ	ข	ท	ไ	ย	น
จ	◌ั	ก	ร	ว	ร	ร	ด	◌ิ	ศ	จ	ศ	ส	ะ

เกราะ
โล่
หนังสติ๊ก
ม้า
อัศวิน
มงกุฎ
มังกร
ราชวงศ์
จักรวรรดิ
ดาบ
ฟิวดัล
ป้อม
ยูนิคอร์น
ผนัง
ชั้นสูง
พระราชวัง
เจ้าชาย
เจ้าหญิง
อาณาจักร
หอคอย

50 - Randonnée

ภ	ร	อ	ง	เ	ท	◌้	า	บ	◌ู	ท	ก	ะ	ท
◌ู	◌ู	อ	◌ั	น	ต	ร	า	ย	◌ุ	ง	า	พ	ห
เ	ค	ม	ข	ค	จ	ร	ป	น	ช	บ	ร	แ	น
ข	ม	อ	◌ิ	ว	ถ	ศ	ญ	◌่	บ	ค	ต	บ	◌ั
า	แ	ป	ะ	อ	บ	ผ	ฟ	อ	า	ส	ร	ส	ก
ธ	ร	ร	ม	ช	า	ต	◌ิ	บ	บ	ส	ะ	◌ั	ค
ป	ฝ	ฟ	ไ	ข	ซ	ก	ฉ	ห	น	ภ	เ	ต	◌ำ
ไ	ฐ	ป	ศ	ห	ผ	ผ	า	ท	ห	า	ต	ว	แ
ค	ธ	ม	จ	ด	ล	ษ	ป	ศ	น	พ	ร	◌์	น
ม	แ	ผ	น	ท	◌ี	◌่	ฟ	ด	◌้	อ	◌ี	น	ะ
ไ	ต	ฟ	◌ั	◌ิ	อ	ผ	ย	ถ	า	า	ย	ม	น
ศ	น	ซ	◌ำ	ฟ	เ	า	ผ	ต	ผ	ก	ม	ภ	◌ำ
ป	ธ	ฝ	ค	ส	ร	ท	น	ไ	า	า	ช	น	ฟ
เ	ห	น	◌ี	◌่	อ	ย	ศ	อ	ห	ศ	ห	◌ิ	น

สัตว์
รองเท้าบูท
แผนที่
ภูมิอากาศ
อันตราย
น้ำ
หน้าผา
เหนื่อย
คำแนะนำ
หนัก
สภาพอากาศ
ภูเขา
ยุง
ธรรมชาติ
ปฐมนิเทศ
หิน
การตระเตรียม
ป่า

51 - Meubles

ฟ	ฟ	ก	เ	ป	ล	ญ	ว	น	ช	ก	ฟ	ผ	ต
พ	◌ู	ข	จ	ต	ข	ม	◌้	า	น	◌ั	◌่	ง	◌ู
ม	ซ	ก	ล	ท	◌ี	◌่	น	อ	น	ห	ผ	ด	◌้
ง	ภ	ห	ผ	ง	ด	ย	ว	โ	ค	ม	ไ	ฟ	ห
ต	ช	◌ั	◌้	น	ว	า	ง	ซ	ฝ	อ	ห	ธ	น
ค	ด	ว	า	โ	ต	◌๊	ะ	ฟ	ว	น	ม	ค	◌ั
พ	น	ข	ม	เ	ร	ศ	ะ	า	ผ	ภ	อ	ย	ง
เ	ศ	ญ	◌่	พ	ษ	แ	ต	ซ	ฉ	ง	น	ท	ส
ไ	ก	อ	า	ร	◌์	ม	◌ั	ว	ร	◌์	อ	ภ	◌ี
ณ	ร	◌้	น	ม	ห	ณ	ล	เ	ล	ด	◌ิ	ช	อ
ไ	ะ	แ	า	เ	ป	ศ	ล	เ	ไ	จ	ง	น	น
ฉ	จ	ส	ก	อ	ล	ฟ	ะ	ษ	ฝ	ญ	บ	ซ	ว
จ	ก	ณ	ข	ผ	◌ี	อ	ถ	ช	ไ	ก	แ	ฉ	ะ
ส	ง	บ	ล	ษ	ง	◌้	ผ	ไ	ฉ	ป	พ	ค	ณ

อาร์มัวร์
ม้านั่ง
ตู้หนังสือ
โต๊ะ
โซฟา
เก้าอี้
หมอนอิง
ชั้นวาง
ฟูก

เปลญวน
โคมไฟ
เตียง
ที่นอน
กระจก
หมอน
ผ้าม่าน
พรม

52 - Art

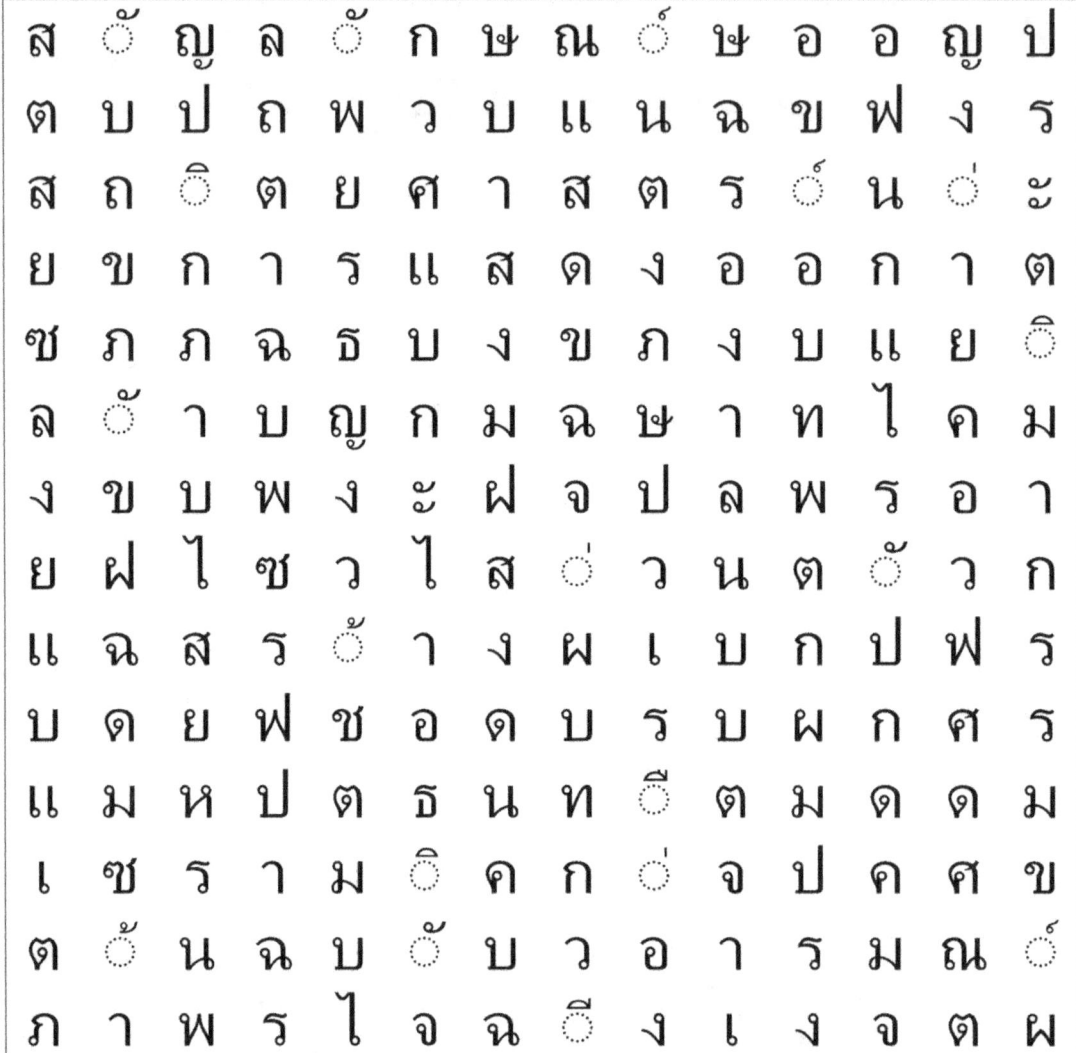

ส	ั	ญ	ล	ั	ก	ษ	ณ	์	ษ	อ	อ	ญ	ป
ต	บ	ป	ถ	พ	ว	บ	แ	น	ฉ	ข	ฟ	ง	ร
ส	ถ	ิ	ต	ย	ศ	า	ส	ต	ร	์	น	่	ะ
ย	ข	ก	า	ร	แ	ส	ด	ง	อ	อ	ก	า	ต
ซ	ภ	ภ	ฉ	ธ	บ	ง	ข	ภ	ง	บ	แ	ย	ิ
ล	้	า	บ	ญ	ก	ม	ฉ	ษ	า	ท	ไ	ค	ม
ง	ข	บ	พ	ง	ะ	ฝ	จ	ป	ล	พ	ร	อ	า
ย	ฝ	ไ	ซ	ว	ไ	ส	่	ว	น	ต	ั	ว	ก
แ	ฉ	ส	ร	้	า	ง	ผ	เ	บ	ก	ป	ฟ	ร
บ	ด	ย	ฟ	ช	อ	ด	บ	ร	บ	ผ	ก	ศ	ร
แ	ม	ห	ป	ต	ธ	น	ท	ื	ต	ม	ด	ด	ม
เ	ซ	ร	า	ม	ิ	ค	ก	่	จ	ป	ค	ศ	ข
ต	้	น	ฉ	บ	ั	บ	ว	อ	า	ร	ม	ณ	์
ภ	า	พ	ร	ไ	จ	ฉ	ื	ง	เ	ง	จ	ต	ผ

เซรามิค	ส่วนตัว
ซับซ้อน	บทกวี
สร้าง	ประติมากรรม
วาดภาพ	ง่าย
การแสดงออก	เรื่อง
อารมณ์	สถิตยศาสตร์
ต้นฉบับ	สัญลักษณ์
ภาพวาด	ภาพ

53 - Nutrition

ค	า	ร	์	โ	บ	ไ	ฮ	เ	ด	ร	ต	โ	แ
ศ	ณ	ศ	ศ	ซ	ต	ซ	แ	ไ	บ	ส	ซ	ป	ภ
ก	า	ร	ย	่	อ	ย	อ	ล	อ	ช	ไ	ร	ต
ห	เ	ซ	ธ	ณ	ง	จ	ว	ส	ถ	า	พ	ต	ฉ
พ	ค	บ	ล	ค	ุ	ณ	ภ	า	พ	ต	ิ	ี	ท
ห	ร	น	ญ	ว	ไ	ค	ส	ท	อ	ิ	ษ	น	น
ช	ื	ด	ก	า	ร	ห	ม	ั	ก	ช	บ	ข	้
ข	่	ว	ิ	ม	แ	ข	็	ง	แ	ร	ง	อ	ำ
ไ	อ	ิ	น	ก	ค	เ	บ	ป	ศ	ง	ด	ง	ห
ภ	ง	ต	ไ	ร	ล	ส	ุ	ข	ภ	า	พ	เ	น
ษ	เ	า	ด	ะ	อ	า	ห	า	ร	ง	ย	ห	้
ย	ท	ม	้	ห	ร	พ	ส	ม	ด	ุ	ล	ล	ก
ข	ศ	ิ	ม	า	ี	ญ	อ	ข	ษ	ว	ร	ว	ด
ม	ฉ	น	ท	ย	่	ฝ	ร	เ	ฉ	แ	ร	ค	ถ

ขม	ของเหลว
ความกระหาย	น้ำหนัก
แคลอรี่	โปรตีน
กินได้	คุณภาพ
อาหาร	แข็งแรง
การย่อย	สุขภาพ
เครื่องเทศ	ซอส
สมดุล	รสชาติ
การหมัก	พิษ
คาร์โบไฮเดรต	วิตามิน

54 - Science Fiction

ด	ญ	ท	ล	ญ	ญ	ด	ถ	อ	น	า	ค	ต	ก
ก	า	แ	ล	ก	ซ	◌ี	◌่	ะ	ญ	ง	ภ	ด	า
ห	า	ว	ฟ	ญ	ป	อ	ย	ต	ศ	ฉ	ห	◌ิ	ร
ง	น	ญ	เ	ช	เ	พ	◌้	อ	ฝ	◌ั	น	ส	ร
ห	ส	◌ั	ช	ค	ถ	พ	บ	ม	ส	ม	โ	โ	ะ
ะ	◌ุ	น	ง	ล	ร	ม	ฝ	ง	◌ิ	ห	ล	ท	เ
ษ	ด	ร	ณ	ส	ถ	า	ถ	ฝ	ท	◌ั	ก	เ	บ
ญ	ข	ณ	ไ	ฝ	◌ี	ฝ	ะ	า	ธ	ศ	ล	ป	◌ิ
ล	◌ี	จ	พ	แ	ษ	อ	ข	ห	◌ิ	จ	ณ	◌ี	ด
◌ึ	ด	ห	◌ุ	◌่	น	ย	น	ต	◌์	ร	ไ	ย	ณ
ก	โ	ร	ง	ภ	า	พ	ย	น	ต	ร	◌์	ผ	ม
ล	ภ	า	พ	ล	ว	ง	ต	า	ส	ย	ไ	ข	ฝ
◌ั	ส	ถ	า	น	ก	า	ร	ณ	◌์	◌์	ฟ	า	ห
บ	เ	ท	ค	โ	น	โ	ล	ย	◌ี	ฟ	ภ	ช	ข

อะตอม
โรงภาพยนตร์
ดิสโทเปีย
การระเบิด
สุดขีด
มหัศจรรย์
ไฟ
อนาคต
กาแลกซี่
ภาพลวงตา
เพ้อฝัน
หนังสือ
โลก
ลึกลับ
สิทธิ์
ดาวเคราะห์
หุ่นยนต์
สถานการณ์
เทคโนโลยี

55 - Professions #1

แ	น	เ	อ	◌ั	ญ	ม	ณ	◌ี	ร	ต	ต	ด	พ
ห	ด	อ	ส	◌ั	ต	ว	แ	พ	ท	ย	◌์	ท	แ
น	◌ั	ก	เ	ต	◌้	น	ศ	◌ิ	ล	ป	◌ิ	น	ก
ผ	ณ	อ	ฟ	ว	ไ	ท	ซ	ย	ย	ช	ท	า	ะ
น	น	◌ั	ก	เ	ป	◌ี	ย	โ	น	ย	ภ	ย	ต
◌ั	◌ั	ค	ช	◌่	า	ง	ป	ร	ะ	ป	า	ค	ค
ก	ก	ร	ง	ญ	ผ	บ	ห	ผ	แ	ง	บ	ว	า
บ	ด	ร	ส	บ	ร	ร	ณ	า	ธ	◌ิ	ก	า	ร
◌ั	น	า	ด	◌ั	บ	เ	พ	ล	◌ิ	ง	ย	ม	ถ
ญ	ต	ช	ห	โ	ค	◌้	ช	ง	แ	ฟ	ย	บ	ข
ช	ร	ท	ด	ม	น	า	ย	ธ	น	า	ค	า	ร
◌ี	◌ี	◌ู	จ	ฟ	อ	ฮ	◌ั	น	เ	ต	อ	ร	◌์
แ	า	ต	ไ	ภ	ล	ช	ด	พ	ย	า	บ	า	ล
ว	ท	น	◌ั	ก	ธ	ร	ณ	◌ี	ว	◌ิ	ท	ย	า

เอกอัครราชทูต
ศิลปิน
ทนายความ
นายธนาคาร
อัญมณี
ฮันเตอร์
นักบัญชี
นักเต้น
โค้ช
บรรณาธิการ
นักธรณีวิทยา
พยาบาล
หมอ
นักดนตรี
นักเปียโน
ช่างประปา
ดับเพลิง
สัตวแพทย์

56 - Géologie

น	ห	ผ	ก	แ	ย	ษ	ห	ป	า	ส	ร	ไ	ท
ป	ะ	ก	า	ร	◌ั	ง	◌ิ	ะ	ร	พ	ะ	ก	ส
ช	ส	พ	ซ	◌่	บ	ฝ	น	ไ	ข	า	ธ	เ	ญ
ล	◌ั	พ	ษ	อ	ถ	ย	ะ	ค	ว	อ	ท	ซ	◌์
า	โ	◌้	ค	น	เ	ก	ล	◌ื	อ	า	ว	อ	ก
ว	ซ	ธ	น	ค	ร	◌ิ	ส	ต	◌ั	ล	◌ี	ร	ร
า	น	ะ	ถ	◌้	◌ำ	ป	ภ	ฟ	ภ	ม	ป	◌์	ด
แ	ค	ล	เ	ซ	◌ี	ย	ม	◌ู	อ	ห	ไ	ภ	ส
ห	◌ิ	น	ย	◌้	อ	ย	ด	พ	เ	ส	ภ	ย	ป
แ	ร	◌่	ธ	า	ต	◌ุ	ถ	ข	ไ	ข	ซ	ข	บ
ร	ข	ห	เ	ห	ล	ว	ม	ป	ษ	แ	า	◌ิ	ด
แ	ต	ผ	ท	◌ี	◌่	ร	า	บ	ส	◌ู	ง	ไ	ล
ไ	น	ฝ	ข	ร	ฉ	ภ	ไ	ศ	ด	ล	ม	ไ	ฟ
ง	ไ	พ	ศ	บ	ร	ซ	ผ	ร	จ	ร	บ	จ	ด

กรด
แคลเซียม
ถ้ำ
ทวีป
ปะการัง
ชั้น
คริสตัล
ร่อน
เหลว
ฟอสซิล
ไกเซอร์
ลาวา
แร่ธาตุ
หิน
ที่ราบสูง
ควอทซ์
เกลือ
หินย้อย
ภูเขาไฟ
โซน

57 - Cirque

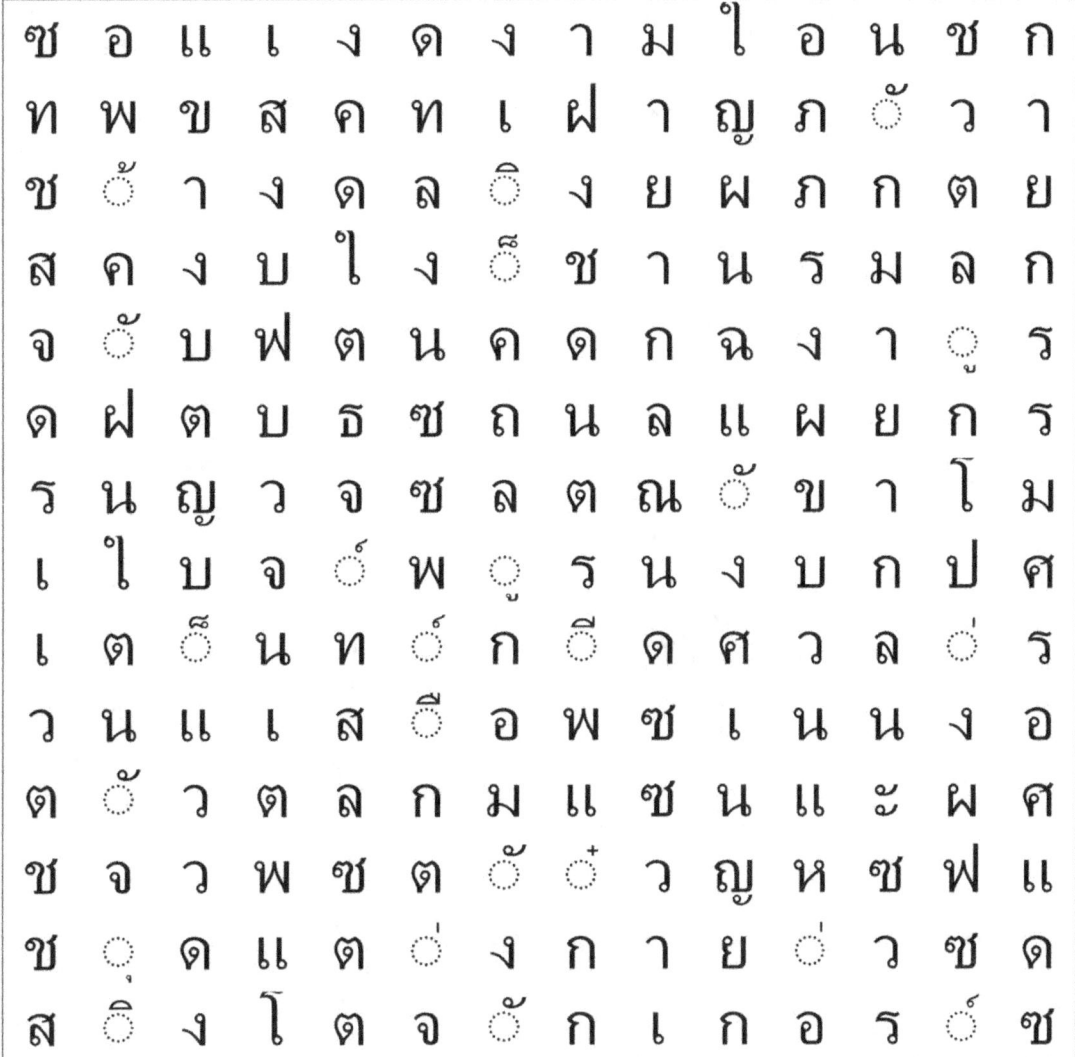

ซ	อ	แ	เ	ง	ด	ง	า	ม	ไ	อ	น	ช	ก
ท	พ	ข	ส	ค	ท	เ	ฝ	า	ญ	ภ	◌ั	ว	า
ช	◌้	า	ง	ด	ล	◌ิ	ง	ย	ผ	ภ	ก	ต	ย
ส	ค	ง	บ	ไ	ง	◌็	ช	า	น	ร	ม	ล	ก
จ	◌ั	บ	ฟ	ต	น	ค	ด	ก	ฉ	ง	า	◌ู	ร
ด	ฝ	ต	บ	ธ	ซ	ถ	น	ล	แ	ผ	ย	ก	ร
ร	น	ญ	ว	จ	ซ	ล	ต	ณ	◌ั	ข	า	โ	ม
เ	ไ	บ	จ	◌์	พ	◌ู	ร	น	ง	บ	ก	ป	ศ
เ	ต	◌็	น	ท	◌์	ก	◌ี	ด	ศ	ว	ล	◌่	ร
ว	น	แ	เ	ส	◌ื	อ	พ	ซ	เ	น	น	ง	อ
ต	◌ั	ว	ต	ล	ก	ม	แ	ซ	น	แ	ะ	ผ	ศ
ช	จ	ว	พ	ซ	ต	◌ั	◌๋	ว	ญ	ห	ซ	ฟ	แ
ช	◌ุ	ด	แ	ต	◌่	ง	ก	า	ย	◌่	ว	ซ	ด
ส	◌ิ	ง	โ	ต	จ	◌ั	ก	เ	ก	อ	ร	◌์	ซ

กายกรรม
สัตว์
เคล็ดลับ
ลูกโป่ง
ตั๋ว
ลูกอม
ตัวตลก
ชุดแต่งกาย
ช้าง
จักเกอร์
สิงโต
นักมายากล
มายากล
แสดง
ดนตรี
ขบวนแห่
ลิง
งดงาม
เต็นท์
เสือ

58 - Jardin

ส	บ	ส	พ	น	ง	ส	ณ	ท	ค	น	เ	ม	แ
ง	เ	น	ธ	ล	ญ	ว	ถ	ช	ผ	ฝ	ป	◌้	แ
อ	ท	า	แ	ก	◌ั	น	ร	ถ	ด	ห	ล	า	ร
บ	ง	ม	แ	ฝ	ท	◌่	ญ	ะ	ไ	ย	ญ	น	เ
ท	ส	ห	ต	ท	◌่	อ	ว	อ	เ	ง	ว	◌ั	ศ
ง	ห	ญ	◌้	า	ร	ด	◌ิ	น	แ	บ	น	◌่	ล
ณ	ส	◌้	น	ก	เ	ม	ฉ	ช	ง	◌ุ	◌ี	ง	ร
ข	ว	า	ไ	ว	ไ	ไ	โ	ญ	ะ	ช	ร	ย	ซ
ส	น	ป	ม	◌ั	ภ	เ	ร	พ	ฉ	บ	◌ั	ห	ง
ค	ผ	ธ	◌้	ช	ด	า	ง	ด	ล	ล	◌้	ด	แ
ร	ล	อ	ล	พ	ค	ผ	ร	ค	ฝ	◌ี	ว	ษ	ม
า	ไ	ถ	ท	◌ื	ม	ซ	ถ	บ	◌่	อ	น	◌้	◌ำ
ด	ม	ข	ค	ช	ช	า	น	บ	◌้	า	น	ะ	ถ
ร	◌ั	ด	อ	ก	ไ	ม	◌้	พ	ช	ธ	ธ	ฝ	ผ

ต้นไม้
ม้านั่ง
บช
รั้ว
บ่อน้ำ
ดอกไม้
โรงรถ
เปลญวน
หญ้า
สวน
วัชพืช
พลั่ว
สนามหญ้า
ระเบียง
คราด
ดิน
ชานบ้าน
แทรมโพลีน
ท่อ
สวนผลไม้

59 - Barbecues

ธ	บ	บ	ธ	ฤ	ม	ะ	เ	ข	◌ี	อ	เ	ท	ศ
ห	ฝ	ง	ท	ด	จ	ช	ย	ณ	ง	ธ	พ	า	ป
ษ	เ	ค	ถ	◌ู	พ	ก	ม	า	ช	ด	ซ	ไ	ส
ง	ว	ว	ไ	ร	ษ	ด	า	ฉ	ต	ส	◌้	อ	ม
ญ	ถ	า	ะ	◌้	ษ	ถ	น	ไ	ล	ล	แ	ก	ส
ง	ค	ม	แ	อ	ย	ธ	เ	ต	ผ	◌ั	ก	ฉ	ผ
ฉ	ร	ห	ท	น	ด	ธ	ก	พ	ร	ด	ท	ค	า
พ	ร	◌ิ	ก	ไ	ท	ย	ม	◌ี	ด	◌ี	ท	ผ	า
ไ	ธ	ว	เ	ก	ล	◌ื	อ	ช	ด	น	ไ	ห	ษ
ผ	ล	ไ	ม	◌้	ผ	ค	ร	อ	บ	ค	ร	◌ั	ว
อ	า	ห	า	ร	เ	ย	◌็	น	ล	ธ	พ	ว	ผ
ไ	ก	◌่	น	ฉ	◌้	ร	ม	ผ	ไ	า	ส	ห	น
ฝ	ธ	ผ	ช	ง	ท	อ	ซ	แ	ภ	ส	ค	อ	ป
ม	ย	◌่	า	ง	ถ	จ	น	อ	ท	ช	ร	ม	ซ

ร้อน
มีด
อาหารเย็น
ฤดูร้อน
ความหิว
ครอบครัว
ส้อม
ผลไม้
ย่าง
เกม
ผัก
ดนตรี
หัวหอม
พริกไทย
ไก่
สลัด
ซอส
เกลือ
มะเขือเทศ

60 - Anniversaire

เ	ท	◌ี	ย	น	ซ	ป	า	ะ	ง	เ	ก	◌ิ	ด
เ	พ	◌ิ	เ	ศ	ษ	ม	ป	ซ	น	ค	พ	ฉ	ง
ร	น	◌ี	ไ	พ	◌่	ว	ผ	ย	ภ	◌้	ธ	ล	ง
◌ี	ค	ต	◌่	า	ถ	ธ	ธ	ม	ห	ก	ผ	เ	ง
ย	เ	ไ	ข	อ	ง	ข	ว	◌ั	ญ	ค	ย	ว	อ
น	ท	ต	ไ	ภ	น	ณ	◌ั	น	ค	ภ	ช	ล	ษ
ร	ไ	จ	ฉ	บ	ท	ห	น	◌ุ	◌่	ม	ส	า	ว
◌ู	ร	◌้	อ	ง	เ	พ	ล	ง	ช	ญ	น	ฝ	ง
◌ั	ะ	ไ	เ	น	ไ	พ	ง	น	ผ	เ	◌ุ	ล	า
ป	ฏ	◌ิ	ท	◌ิ	น	ณ	ศ	ค	น	ไ	ก	ช	น
ม	◌ั	ไ	ธ	ผ	ด	ร	ว	ถ	ว	จ	ห	ม	ฉ
อ	ป	ญ	ค	◌ำ	เ	ช	◌ิ	ญ	ว	ฉ	ฝ	ข	ล
ล	◌ี	จ	ญ	ม	◌ี	ค	ว	า	ม	ส	◌ุ	ข	อ
แ	ป	ไ	เ	า	ต	ภ	ย	ญ	ซ	ฉ	อ	ต	ง

เพื่อน
สนุก
ปี
เรียนรู้
เทียน
ของขวัญ
ปฏิทิน
ไพ่
เพลง
ร้องเพลง
งานฉลอง
เค้ก
มีความสุข
คำเชิญ
หนุ่มสาว
วัน
เกิด
ปัญญา
พิเศษ
เวลา

61 - Animaux de Compagnie

เ	ส	◌ั	ต	ว	แ	พ	ท	ย	◌์	พ	ท	ฉ	ป
ต	พ	ล	ฝ	แ	เ	จ	ถ	เ	ธ	แ	ย	ห	ไ
◌่	ร	◌ู	แ	พ	ะ	ก	◌ิ	◌้	ง	ก	◌่	า	แ
า	น	ก	แ	ก	◌้	ว	ด	ต	ซ	ษ	ต	ง	ว
น	ล	แ	ม	ฮ	ห	ก	ก	ป	ต	ญ	ท	ฉ	◌ั
บ	า	ม	ว	น	ม	ศ	ร	ห	ฟ	ป	ล	ธ	ว
ส	ะ	ว	ค	◌้	า	ส	ง	ะ	แ	ษ	ล	ณ	ซ
ธ	พ	แ	า	◌ำ	ณ	า	เ	ษ	ต	ะ	ษ	า	ถ
ส	แ	ล	ห	ซ	ป	ย	ล	ต	ข	◌่	ก	เ	ต
ห	น	◌ู	พ	อ	น	จ	◌็	น	อ	ช	า	จ	ฝ
ซ	ไ	ก	ย	อ	ไ	◌ู	บ	ฝ	า	ร	ว	ย	ช
ป	น	ห	ผ	จ	ป	ง	ธ	ผ	ห	ม	◌์	ห	ผ
ญ	ช	ม	ช	ค	ฟ	ณ	ะ	ญ	า	ด	ม	ถ	ณ
ผ	ช	า	ร	ณ	ผ	ฉ	ง	ต	ร	จ	ค	ย	แ

แมว
ลูกแมว
แพะ
หมา
ลูกหมา
น้ำ
กรงเล็บ
แฮมสเตอร์
สายจูง
กระต่าย
กิ้งก่า
อาหาร
นกแก้ว
ปลา
หาง
หนู
เต่า
วัว
สัตวแพทย์

62 - Forêt Tropicale

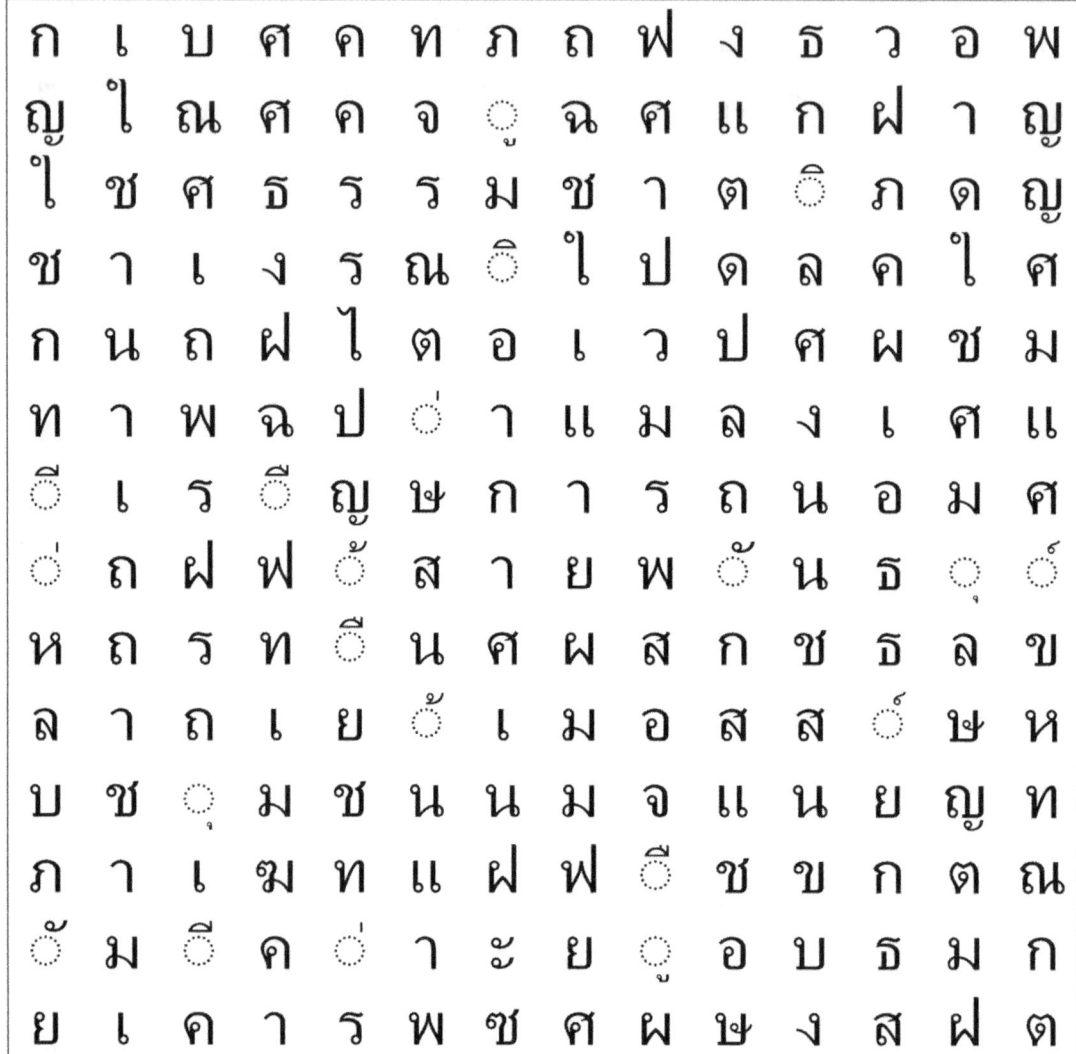

ก	เ	บ	ศ	ค	ท	ภ	ถ	ฟ	ง	ธ	ว	อ	พ
ญ	ไ	ณ	ศ	ค	จ	◌ู	ฉ	ศ	แ	ก	ฝ	า	ญ
ไ	ช	ศ	ธ	ร	ร	ม	ช	า	ต	◌ิ	ภ	ด	ญ
ช	า	เ	ง	ร	ณ	◌ิ	ไ	ป	ด	ล	ค	ไ	ศ
ก	น	ถ	ฝ	ไ	ต	อ	เ	ว	ป	ศ	ผ	ช	ม
ท	า	พ	ฉ	ป	◌่	า	แ	ม	ล	ง	เ	ศ	แ
◌ี	เ	ร	◌ี	ญ	ษ	ก	า	ร	ถ	น	อ	ม	ศ
◌่	ถ	ฝ	ฟ	◌้	ส	า	ย	พ	◌ั	น	ธ	◌ุ	◌์
ห	ถ	ร	ท	◌ื	น	ศ	ผ	ส	ก	ช	ธ	ล	ข
ล	า	ถ	เ	ย	◌้	เ	ม	อ	ส	ส	◌์	ษ	ห
บ	ช	◌ุ	ม	ช	น	น	ม	จ	แ	น	ย	ญ	ท
ภ	า	เ	ฆ	ท	แ	ฝ	ฟ	◌ี	ช	ข	ก	ต	ณ
◌ั	ม	◌ี	ค	◌่	า	ะ	ย	◌ู	อ	บ	ธ	ม	ก
ย	เ	ค	า	ร	พ	ซ	ศ	ผ	ษ	ง	ส	ฝ	ต

ภูมิอากาศ
ชุมชน
สายพันธุ์
ชนพื้นเมือง
แมลง
ป่า
มอสส์
ธรรมชาติ
เมฆ
นก
มีค่า
การถนอม
ที่หลบภัย
เคารพ
การฟื้นฟู

63 - Insectes

ผ	ล	อ	ต	ผ	◌ี	เ	ส	◌ี	◌้	อ	ข	ไ	เ
ป	า	ท	◌ั	ง	ก	า	พ	ย	แ	ไ	ฟ	ป	ต
ห	ซ	ร	ว	ธ	ธ	แ	ม	ล	ง	ส	า	บ	◌่
ซ	ห	ค	อ	ด	ท	ห	ด	ม	◌ี	ผ	ธ	ส	า
แ	า	ก	◌่	ต	◌่	อ	ย	◌ุ	ง	◌้	◌ึ	ว	ท
ม	ห	ต	อ	จ	◌ั	ก	จ	◌ั่	◌่	น	ย	◌้	อ
ล	เ	น	น	ภ	ด	ง	จ	จ	ก	ญ	ร	ด	ง
ง	ฟ	ย	อ	ท	ไ	แ	า	ผ	ะ	จ	ต	ไ	ง
ป	ม	ท	ซ	น	ข	ต	เ	ห	◌็	บ	ฉ	ณ	ไ
อ	ย	ศ	ไ	า	ช	น	ม	ด	อ	ง	ส	ณ	ง
จ	ร	ญ	ถ	ค	ข	แ	ป	ล	ว	ก	ซ	ย	ผ
ล	ง	ต	แ	ต	น	ต	ช	ส	ฝ	อ	ษ	ล	ป
ค	ม	ป	น	ด	ช	น	ต	◌ั	◌๊	ก	แ	ต	น
ไ	ะ	อ	ง	ญ	ข	ด	◌้	ว	ง	น	แ	ซ	ว

ผึ้ง
แมลงสาบ
จักจั่น
เต่าทอง
ปาทังกา
มด
แตน
ต่อ
ตัวอ่อน
แมลงปอ
กงแตนแตน
ยุง
ผีเสื้อ
เห็บ
เพลี้ย
ตั๊กแตน
ด้วง
ปลวก
หนอน

64 - Ferme #1

จ	ถ	ส	ย	เ	ข	ค	ณ	ข	ไ	ผ	ห	ร	ไ
ท	เ	ไ	ซ	จ	ษ	ไ	ว	ส	ล	◌ึ	จ	จ	ก
ก	ม	ษ	เ	ถ	ผ	ด	ร	ต	า	◌้	ไ	ษ	◌่
ง	ถ	ค	บ	ะ	อ	น	◌ั	า	แ	ง	อ	ญ	ค
ห	ด	ห	ห	น	ต	ท	◌้	ร	ไ	ข	ม	ห	ธ
ม	ข	ส	ว	ส	น	ก	ว	◌ำ	ป	◌ุ	◌๋	ย	ไ
า	ซ	ช	ต	ศ	ฝ	ร	◌ั	า	พ	ส	ศ	ข	า
ศ	า	ศ	แ	ค	ญ	ะ	ว	อ	ค	น	◌่	อ	ง
ฝ	ญ	ป	า	ฝ	ภ	ท	ถ	จ	พ	า	เ	ถ	ฟ
ข	ย	า	า	ฉ	◌ู	◌ิ	ห	อ	แ	ม	ว	ถ	า
น	◌้	◌ำ	ผ	◌ึ	◌้	ง	แ	◌ี	ร	แ	พ	ะ	ง
ผ	า	า	เ	ก	ษ	ต	ร	ก	ร	ร	ม	พ	ด
พ	ก	ณ	ว	ะ	ส	ม	◌้	า	ซ	ผ	ช	ไ	ภ
ค	ล	พ	ศ	ล	ห	เ	ช	ล	พ	จ	ร	ะ	ซ

ผึ้ง
เกษตรกรรม
ลา
กระทิง
สนาม
แมว
ม้า
แพะ
หมา
รั้ว
อีกา
น้ำ
ปุ๋ย
ฟาง
น้ำผึ้ง
ไก่
ข้าว
ฝูง
วัว
น่อง

65 - Escalade

ช	ต	ล	ธ	ท	ม	พ	แ	ะ	แ	ค	บ	ร	ผ
ซ	ถ	อ	ง	ร	ห	ว	ถ	ร	ณ	ว	า	อ	ู
บ	ร	ร	ย	า	ก	า	ศ	้	ง	า	ด	ง	้
พ	ห	ค	ผ	บ	ซ	ล	ป	ร	ำ	ม	เ	เ	เ
ท	า	ง	ก	า	ย	ภ	า	พ	ศ	ม	จ	ท	ช
ง	ถ	ญ	น	ซ	ไ	ฟ	แ	ป	พ	ั	็	้	ี
ค	น	ุ	ด	ล	ฟ	ะ	ผ	ธ	ก	่	บ	า	่
ำ	ณ	ป	ง	ซ	ไ	ณ	น	น	า	น	ษ	บ	ย
แ	ย	ไ	พ	ม	ไ	ส	ท	ห	ร	ค	น	ู	ว
น	ฉ	ย	จ	เ	ี	ญ	ี	ร	อ	ง	ฉ	ท	ช
ะ	บ	ส	ก	จ	ไ	อ	่	จ	บ	ต	ด	ฟ	า
น	ไ	ช	ห	ม	ว	ก	น	ิ	ร	ภ	ั	ย	ญ
ำ	ร	ะ	ด	ั	บ	ค	ว	า	ม	ส	ู	ง	ง
ค	ค	ว	า	ม	อ	ย	า	ก	ร	ู	้	ษ	ถ

ระดับความสูง
บรรยากาศ
บาดเจ็บ
รองเท้าบูท
แผนที่
หมวกนิรภัย
ความอยากรู้
ผู้เชี่ยวชาญ
แคบ
แรง
การอบรม
ถุงมือ
ถ้ำ
คำแนะนำ
ทางกายภาพ
ความมั่นคง

66 - École #2

ว	◌ิ	ท	ย	า	ศ	า	ส	ต	ร	◌์	ต	ห	ห
ณ	า	ป	บ	ไ	อ	ธ	ง	ภ	ป	ณ	ะ	น	◌้
ย	ซ	ฝ	ว	ต	พ	ช	ณ	ข	ไ	ห	ค	◌ั	อ
ภ	ย	พ	จ	น	า	น	◌ุ	ก	ร	ม	อ	ง	ง
ก	า	ร	ศ	◌ึ	ก	ษ	า	ข	ซ	ธ	ม	ส	ส
ร	ก	ว	ป	ฏ	◌ิ	ท	◌ิ	น	ว	ฉ	พ	◌ื	ม
ก	า	ร	เ	ร	◌ี	ย	น	ร	◌ู	◌้	◌ิ	อ	◌ุ
ร	ร	ร	ร	ก	า	ร	อ	◌่	า	น	ว	ป	ด
ะ	เ	ณ	ส	ไ	ท	ช	ว	ศ	ม	ค	เ	ก	ม
ด	ข	ก	◌ิ	จ	ก	ร	ร	ม	ร	ญ	ต	ซ	อ
า	◌ี	ร	ภ	ก	า	ร	บ	◌้	า	น	อ	ถ	พ
ษ	ย	ร	ไ	ว	ย	า	ก	ร	ณ	◌์	ร	ณ	ธ
พ	น	ม	ถ	ด	◌ิ	น	ส	อ	ก	ก	◌์	ฉ	บ
ร	ถ	เ	ม	ล	◌์	ญ	ค	ร	◌ู	ม	น	ข	ค

กิจกรรม
การเรียนรู้
ห้องสมุด
รถเมล์
ปฏิทิน
กรรไกร
ดินสอ
การบ้าน
พจนานุกรม
ครู
การเขียน
การศึกษา
ไวยากรณ์
เกม
การอ่าน
วรรณกรรม
หนังสือ
คอมพิวเตอร์
กระดาษ
วิทยาศาสตร์

67 - Antarctique

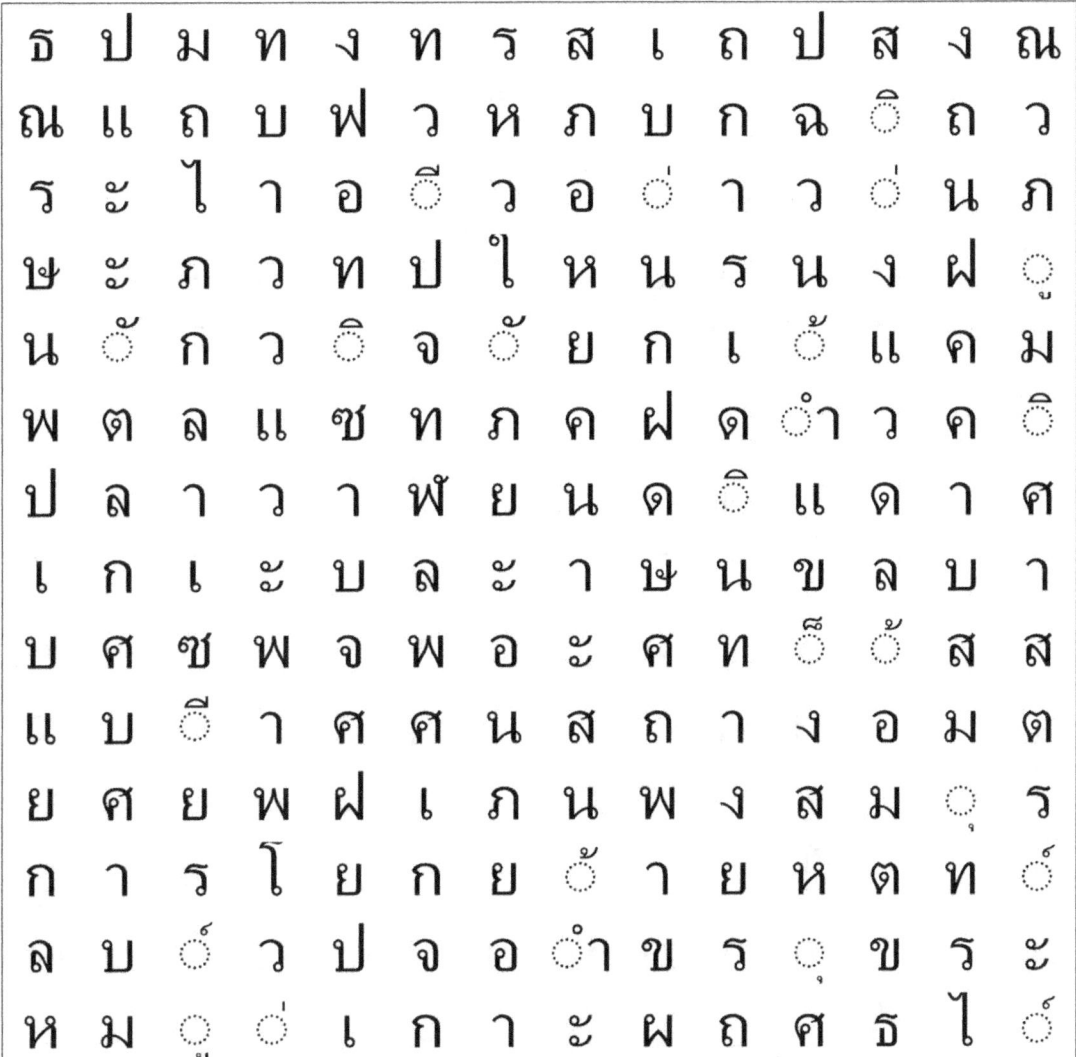

ธ	ป	ม	ท	ง	ท	ร	ส	เ	ถ	ป	ส	ง	ณ
ณ	แ	ถ	บ	ฝ	ว	ห	ภ	บ	ก	ฉ	◌ิ	ถ	ว
ร	ะ	ไ	า	อ	◌ี	ว	อ	◌่	า	ว	◌่	น	ภ
ษ	ะ	ภ	ว	ท	ป	ไ	ห	น	ร	น	ง	ฝ	◌ู
น	◌ั	ก	ว	◌ิ	จ	◌ั	ย	ก	เ	◌้	แ	ค	ม
พ	ต	ล	แ	ซ	ท	ภ	ค	ฝ	ด	◌ำ	ว	ค	◌ิ
ป	ล	า	ว	า	ฬ	ย	น	ด	◌ิ	แ	ด	า	ศ
เ	ก	เ	ะ	บ	ล	ะ	า	ษ	น	ข	ล	บ	า
บ	ศ	ซ	พ	จ	พ	อ	ะ	ศ	ท	◌็	◌้	ส	ส
แ	บ	◌ี	า	ศ	ศ	น	ส	ถ	า	ง	อ	ม	ต
ย	ศ	ย	พ	ฝ	เ	ภ	น	พ	ง	ส	ม	◌ุ	ร
ก	า	ร	โ	ย	ก	ย	◌้	า	ย	ห	ต	ท	◌์
ล	บ	◌์	ว	ป	จ	อ	◌ำ	ข	ร	◌ุ	ข	ร	ะ
ห	ม	◌ู	◌่	เ	ก	า	ะ	ผ	ถ	ศ	ธ	ไ	◌์

อ่าว
ปลาวาฬ
นักวิจัย
ทวีป
น้ำ
สิ่งแวดล้อม
การเดินทาง
ภูมิศาสตร์
น้ำแข็ง
กลาเซียร์
หมู่เกาะ
การโยกย้าย
นก
คาบสมุทร
ขรุขระ
วิทยาศาสตร์

68 - Professions #2

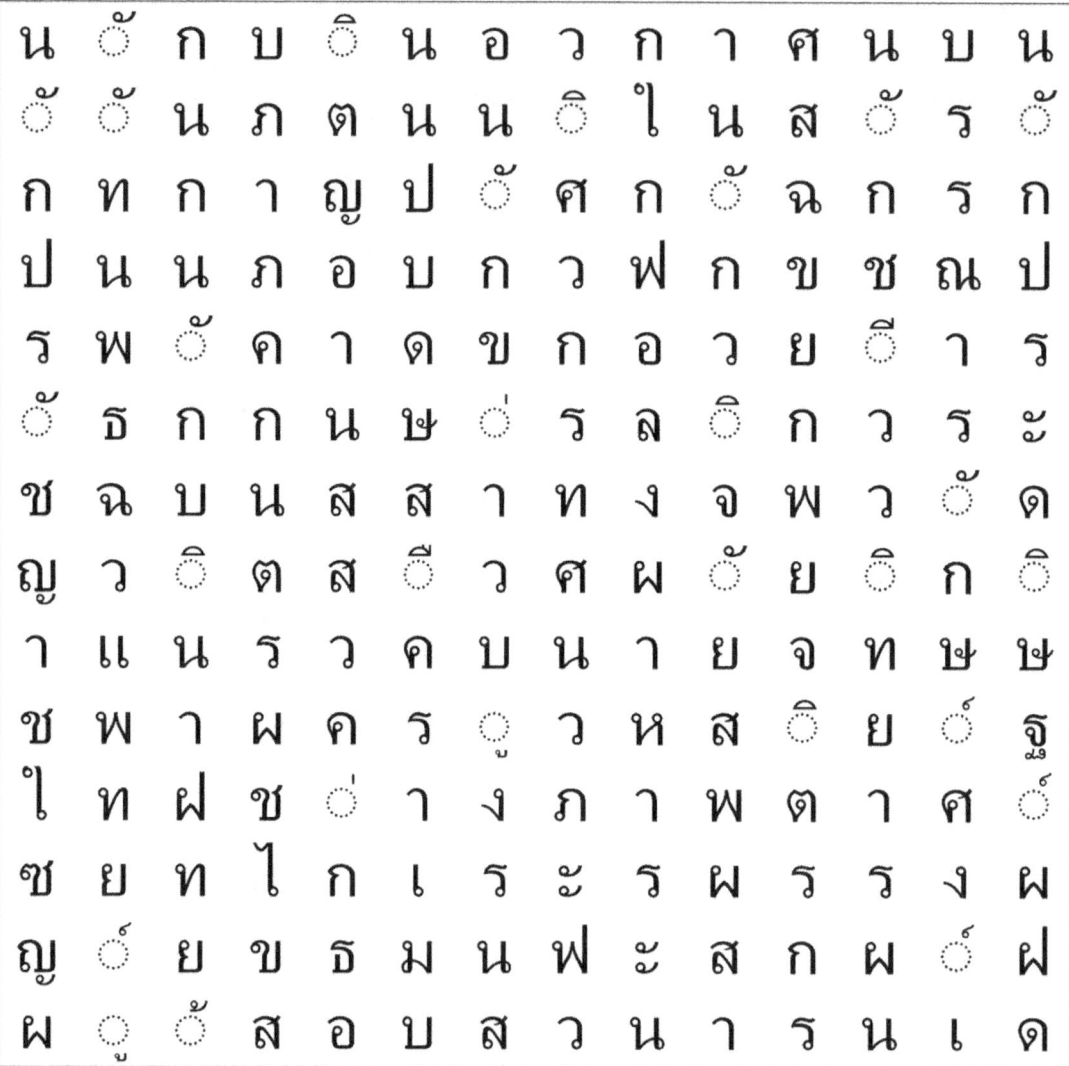

น	◌ั	ก	บ	◌ิ	น	อ	ว	ก	า	ศ	น	บ	น
◌ั	◌ั	น	ภ	ต	น	น	◌ิ	ไ	น	ส	◌ั	ร	◌ั
ก	ท	ก	า	ญ	ป	◌ั	ศ	ก	◌ั	ฉ	ก	ร	ก
ป	น	น	ภ	อ	บ	ก	ว	ฟ	ก	ข	ช	ณ	ป
ร	พ	◌ั	ค	า	ด	ข	ก	อ	ว	ย	◌ี	า	ร
◌ั	ธ	ก	ก	น	ษ	◌่	ร	ล	◌ิ	ก	ว	ร	ะ
ช	ฉ	บ	น	ส	ส	า	ท	ง	จ	พ	ว	◌ั	ด
ญ	ว	◌ิ	ต	ส	◌ี	ว	ศ	ผ	◌ั	ย	◌ิ	ก	◌ิ
า	แ	น	ร	ว	ค	บ	น	า	ย	จ	ท	ษ	ษ
ช	พ	า	ผ	ค	ร	◌ู	ว	ห	ส	◌ิ	ย	◌์	ฐ
ไ	ท	ฝ	ช	◌่	า	ง	ภ	า	พ	ต	า	ศ	◌์
ซ	ย	ท	ไ	ก	เ	ร	ะ	ร	ผ	ร	ร	ง	ผ
ญ	◌์	ย	ข	ธ	ม	น	ฟ	ะ	ส	ก	ผ	◌์	ฝ
ผ	◌ู	◌้	ส	อ	บ	ส	ว	น	า	ร	น	เ	ด

นักบินอวกาศ
บรรณารักษ์
นักชีววิทยา
นักวิจัย
นักสืบ
ผู้สอบสวน
ครู
วิศวกร
นักประดิษฐ์
คนสวน
นักข่าว
นักภาษาศาสตร์
แพทย์
จิตรกร
นักปรัชญา
ช่างภาพ
นักบิน

69 - Les Abeilles

ด	พ	◌ี	ช	ด	ษ	บ	บ	ธ	ภ	อ	ผ	ม	ร
ว	ท	ห	อ	ม	ธ	ภ	ร	ก	ธ	า	ณ	ช	ะ
ฝ	◌ี	ณ	ณ	ด	ข	ส	ล	◌ั	ท	ห	จ	ผ	บ
ว	◌่	พ	ห	จ	ค	ว	◌ั	น	ง	า	ข	ร	บ
ก	อ	ป	น	ด	ต	น	ว	บ	เ	ร	ณ	◌ู	น
ด	ย	ข	◌ี	◌้	ผ	◌ึ	◌้	ง	ษ	ท	ก	ห	◌ิ
ร	◌ู	ว	ผ	ก	ก	ก	ไ	ส	แ	ภ	า	ซ	เ
บ	◌่	ก	ล	เ	อ	แ	ฝ	น	ณ	ญ	เ	ต	ว
ด	อ	ก	ไ	ม	◌้	ม	◌ู	ข	ญ	ฟ	ก	ธ	ศ
อ	า	อ	ม	ค	ถ	ล	ง	ท	แ	ภ	ป	ว	พ
ถ	ศ	ฝ	◌ั	ณ	ว	ง	ก	ผ	ภ	ป	ไ	ต	ซ
ช	◌ั	น	น	ท	ร	◌ี	ง	ะ	ะ	ไ	ก	ส	จ
า	ย	ด	อ	ก	ส	จ	น	◌้	◌ำ	ผ	◌ึ	◌้	ง
เ	ป	◌็	น	ป	ร	ะ	โ	ย	ช	น	◌์	ด	ข

ปีก
เป็นประโยชน์
ขี้ผึ้ง
ฝูง
ระบบนิเวศ
ดอก
ดอกไม้
ผลไม้
ควัน
ที่อยู่อาศัย
แมลง
สวน
น้ำผึ้ง
อาหาร
พืช
เรณู
ควีน
รัง

70 - Dinosaures

ว	ฉ	ซ	ฉ	แ	ง	ป	ฟ	น	ซ	ธ	ย	ต	ส
ก	◌ิ	เ	ล	ว	ร	◌้	า	ย	ค	เ	า	เ	◌ั
ใ	ท	ว	ถ	ข	ส	◌็	ห	ฟ	ล	ห	า	ง	ต
ข	ช	ไ	◌ั	ษ	ม	แ	พ	ถ	เ	ย	ญ	ม	ว
ญ	ต	ร	อ	ฒ	◌ุ	ค	ม	เ	ม	◌ี	ห	ล	◌์
โ	ล	ก	อ	ห	น	ว	อ	ม	ต	◌่	ต	ะ	ก
ช	ศ	ณ	ม	ญ	ไ	า	น	ร	ม	อ	ศ	ง	◌ิ
แ	ว	ห	น	ญ	พ	ด	ก	ข	บ	อ	ร	จ	น
ป	◌ี	ก	◌ิ	ฟ	ร	อ	ต	า	ซ	ร	ธ	◌์	เ
ข	อ	ญ	ว	อ	ด	ก	ณ	ธ	ร	ป	า	ง	น
น	ส	ม	อ	ส	า	ย	พ	◌ั	น	ธ	◌ุ	◌์	◌ี
า	ป	ใ	ร	ซ	จ	ใ	ห	ญ	◌่	ใ	แ	ญ	◌้
ด	ห	ท	◌์	◌ิ	ห	า	ย	ต	◌ั	ว	ไ	ป	อ
ท	ร	ง	พ	ล	◌ั	ง	ว	ช	ผ	ห	ศ	ท	ค

ปีก
สัตว์กินเนื้อ
หายตัวไป
สายพันธุ์
วิวัฒนาการ
ฟอสซิล
ใหญ่
สมุนไพร
แมมมอธ
ออมนิวอร์
เหยื่อ
ทรงพลัง
หาง
แร็พเตอร์
ขนาด
โลก
เลวร้าย

71 - Automne

แ	บ	ฝ	เ	ส	◌ี	◌ั้	อ	ผ	◌ั้	า	ญ	ภ	ง
ว	อ	ก	ค	แ	ว	ช	ช	เ	ศ	ป	อ	◌ู	ณ
ซ	ศ	ป	ไ	ภ	ซ	น	ธ	ก	ง	ะ	ญ	ม	ห
ซ	ค	ใ	เ	ญ	ม	ต	ผ	า	า	ะ	ง	◌ิ	ย
ย	◌ึ	ญ	ช	ป	ธ	ม	ก	ล	ต	ต	จ	อ	า
ต	ร	◌่	ว	ผ	◌ิ	ญ	ต	◌ั	ไ	า	ไ	า	ม
อ	ก	ช	ง	ส	ผ	◌ั้	ณ	ด	ฟ	ม	น	ก	ศ
ณ	จ	ห	ม	ผ	ร	ผ	ล	ถ	ไ	ฤ	◌ั้	า	เ
เ	ท	ศ	ก	า	ล	ร	ง	ถ	ห	ด	◌ำ	ศ	ด
บ	จ	ต	ต	ษ	ภ	◌ั	ช	ณ	ม	◌ู	แ	ญ	◌ี
ล	◌ู	ก	โ	อ	◌๊	ก	ด	ล	◌ั้	ก	ข	ช	อ
ธ	ร	ร	ม	ช	า	ต	◌ิ	ใ	ท	า	◌็	ท	น
ส	ภ	า	พ	อ	า	ก	า	ศ	บ	ล	ง	ภ	ส
ซ	ว	◌ิ	ษ	◌ุ	ว	◌ั	ต	อ	ญ	ษ	ล	ค	ญ

ซึ่งผลัดใบ
เกาลัด
ภูมิอากาศ
วิษุวัต
เทศกาล
ไฟไหม้
น้ำแข็ง
ลูกโอ๊ก
สภาพอากาศ
เดือน
ธรรมชาติ
แอปเปิ้ล
ตามฤดูกาล
สวนผลไม้
เสื้อผ้า

72 - Conduite

โ	ร	ง	ร	ถ	ร	ป	อ	ค	ก	อ	ฉ	ค	ร
ษ	อ	ฝ	ถ	จ	ค	ถ	◌ุ	ว	า	◌ุ	ะ	ว	ถ
ร	◌ั	เ	ษ	ญ	ซ	ไ	โ	า	ร	บ	จ	า	จ
ถ	น	น	ช	ซ	ด	แ	ม	ม	จ	◌ั	ฉ	ม	◌ั
บ	ต	ท	ห	◌ี	ไ	ไ	ง	เ	ร	ต	ก	ป	ก
ร	ร	ไ	ฝ	ไ	◌้	บ	ค	ร	า	◌ิ	า	ล	ร
ร	า	ผ	ฟ	ค	จ	อ	◌์	◌็	จ	เ	ร	อ	ย
ท	ย	จ	า	ณ	ญ	น	เ	ว	ร	ห	ข	ด	า
◌ุ	ร	ป	ช	ห	เ	◌ุ	ไ	พ	ห	ต	น	ภ	น
ก	ก	ะ	ญ	ส	ภ	ญ	ค	น	ล	◌ุ	ส	◌ั	ย
ต	◌ำ	ร	ว	จ	ง	า	ธ	ย	ข	◌ิ	◌่	ย	น
แ	ผ	น	ท	◌ี	◌่	ต	เ	บ	ร	ค	ง	ม	ต
ต	เ	ค	ร	◌ี	◌่	อ	ง	ย	น	ต	◌์	ไ	◌์
ค	น	เ	ด	◌ิ	น	เ	ท	◌้	า	แ	ก	◌๊	ส

อุบัติเหตุ
รถบรรทุก
เชื้อเพลิง
แผนที่
อันตราย
เบรค
โรงรถ
แก๊ส
ใบอนุญาต
เครื่องยนต์
รถจักรยานยนต์
คนเดินเท้า
ตำรวจ
ถนน
ความปลอดภัย
การจราจร
การขนส่ง
อุโมงค์
ความเร็ว
รถ

73 - Plantes

ธ	ผ	ะ	ท	ะ	ญ	น	ญ	ข	ธ	น	บ	ว	ธ
ไ	ม	ส	ฉ	พ	เ	ธ	ส	ข	ป	◌่	า	ณ	ช
ง	เ	ห	ซ	ฟ	ธ	ไ	เ	ค	◌ุ	ฝ	ส	น	ป
ม	ต	ฝ	ษ	ไ	อ	ว	◌ี	◌่	◌๋	ใ	ว	ก	ณ
อ	◌ิ	ต	◌้	น	ไ	ม	◌้	ฝ	ย	ถ	ช	ก	แ
ส	บ	ร	ฟ	ล	อ	ร	า	ก	ศ	ก	◌ั	ช	น
ส	โ	ผ	ธ	ข	ป	ไ	า	ภ	ย	ณ	เ	◌่	ส
◌์	ต	ร	แ	ด	ใ	แ	ม	ก	ย	ห	บ	ก	ว
ก	ร	ะ	บ	อ	ง	เ	พ	ช	ร	ญ	อ	ล	น
ใ	ง	ข	ใ	ก	ญ	ค	ค	ม	ผ	◌้	ร	◌ี	ห
บ	ข	พ	เ	ไ	ม	◌้	ไ	ผ	◌่	า	◌์	บ	ม
ไ	◌ุ	◌ี	ฟ	ม	ร	ญ	เ	ศ	ห	จ	ร	ญ	ต
ม	ฝ	ช	ห	◌้	ค	ฝ	ผ	ค	ภ	ท	◌ี	ญ	ศ
◌้	พ	ฤ	ก	ษ	ศ	า	ส	ต	ร	◌์	◌่	เ	ษ

ต้นไม้
เบอร์รี่
ไม้ไผ่
พฤกษศาสตร์
บุช
กระบองเพชร
ปุ๋ย
ใบไม้
ดอกไม้
ฟลอรา

ป่า
เติบโต
ถั่ว
หญ้า
สวน
ไอวี่
มอสส์
กลีบ
ราก
พืช

74 - Ferme #2

ท	ส	ว	น	ผ	ล	ไ	ม	◌้	ธ	ช	โ	พ	ญ
ค	◌ุ	ข	ธ	ข	ว	ภ	ล	ถ	อ	บ	ร	จ	ป
น	ห	◌่	ฟ	ม	◌้	บ	ณ	ฟ	ผ	ส	ง	ข	ธ
เ	ม	ง	ง	ผ	ช	า	ว	น	า	◌ั	น	ห	ฉ
ล	า	อ	า	ห	า	ร	ว	ร	ะ	ต	า	ต	ญ
◌ี	เ	ป	◌็	ด	ญ	ส	ม	โ	ง	ว	บ	ช	พ
◌้	ร	เ	ป	ล	ท	◌้	ษ	ล	พ	◌์	น	น	ม
ย	น	ม	ญ	า	จ	ศ	า	ฝ	ก	ด	ผ	◌ั	ก
ง	ผ	ล	ไ	ม	◌้	แ	ร	◌ั	ง	ผ	◌ึ	◌้	ง
แ	ผ	ร	ท	า	ล	◌ู	ก	แ	ก	ะ	ช	ถ	ผ
ก	ช	จ	ภ	ช	ล	ป	ร	ะ	ท	า	น	อ	ฝ
ะ	บ	า	ร	◌์	เ	ล	◌่	ย	◌์	ฟ	ณ	ช	ถ
ร	ถ	แ	ท	ร	ก	เ	ต	อ	ร	◌์	ม	ษ	ร
ข	◌้	า	ว	ส	า	ล	◌ี	ซ	ร	ไ	ถ	ข	ม

ลูกแกะ
ชาวนา
สัตว์
คนเลี้ยงแกะ
ข้าวสาลี
เป็ด
ผลไม้
โรงนา
ชลประทาน
นม
ลามา
ผัก
ข้าวโพด
แกะ
อาหาร
บาร์เลย์
ทุ่งหญ้า
รังผึ้ง
รถแทรกเตอร์
สวนผลไม้

75 - École #1

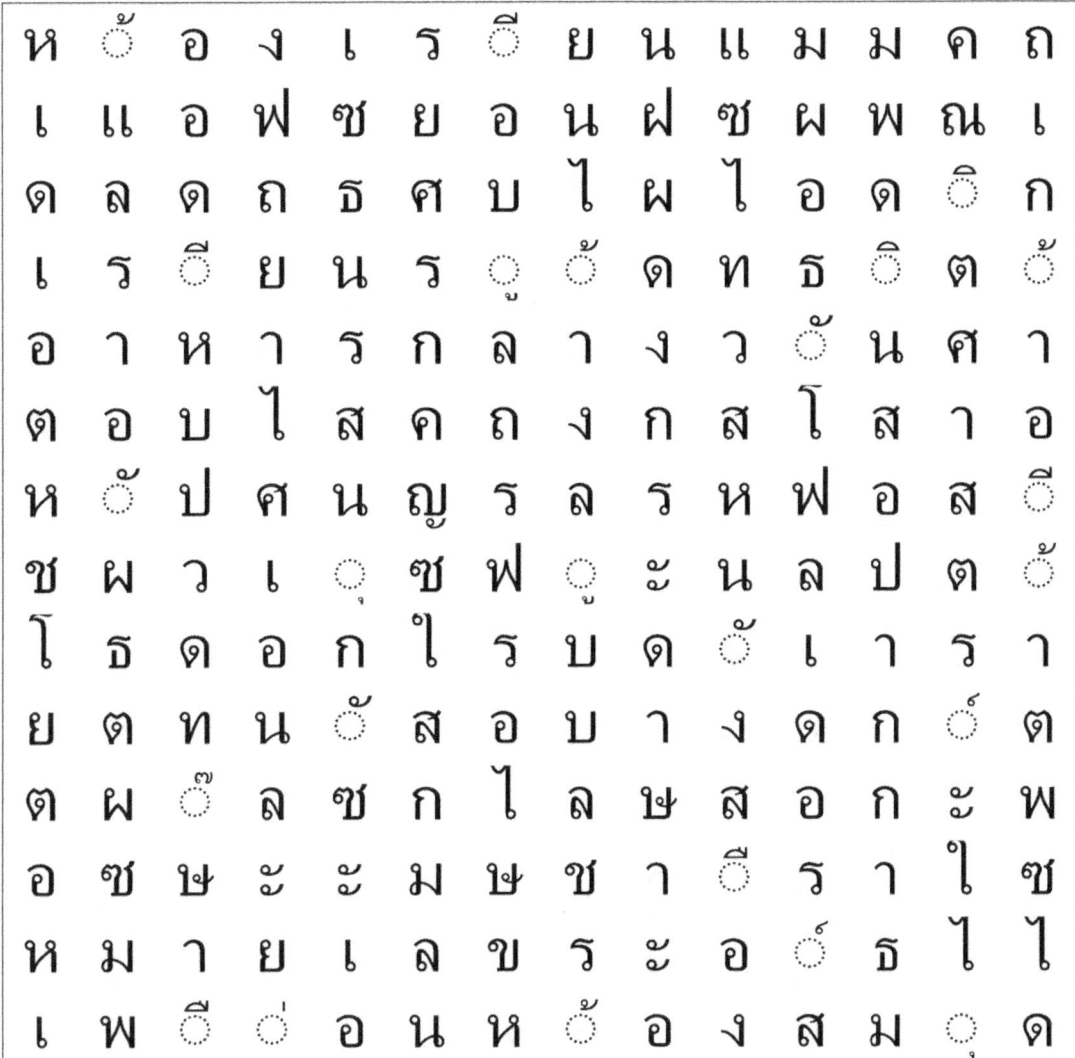

ห	◌้	อ	ง	เ	ร	◌ี	ย	น	แ	ม	ม	ค	ถ
เ	แ	อ	ฟ	ซ	ย	อ	น	ฝ	ซ	ผ	พ	ณ	เ
ด	ล	ด	ถ	ธ	ศ	บ	ไ	ผ	ไ	อ	ด	◌ิ	ก
เ	ร	◌ี	ย	น	ร	◌ู	◌้	ด	ท	ธ	◌ิ	ต	◌้
อ	า	ห	า	ร	ก	ล	า	ง	ว	◌ั	น	ศ	า
ต	อ	บ	ไ	ส	ค	ถ	ง	ก	ส	โ	ส	า	อ
ห	◌ั	ป	ศ	น	ญ	ร	ล	ร	ห	ฟ	อ	ส	◌ี
ช	ผ	ว	เ	◌ุ	ซ	ฟ	◌ู	ะ	น	ล	ป	ต	◌้
โ	ธ	ด	อ	ก	ไ	ร	บ	ด	◌ั	เ	า	ร	า
ย	ต	ท	น	◌ั	ส	อ	บ	า	ง	ด	ก	◌์	ต
ต	ผ	◌๊	ล	ซ	ก	ไ	ล	ษ	ส	อ	ก	ะ	พ
อ	ซ	ษ	ะ	ะ	ม	ษ	ช	า	◌ื	ร	า	ไ	ซ
ห	ม	า	ย	เ	ล	ข	ร	ะ	อ	◌์	ธ	ไ	ไ
เ	พ	◌ื	◌่	อ	น	ห	◌้	อ	ง	ส	ม	◌ุ	ด

ตัวอักษร
เพื่อน
สนุก
เรียนรู้
ห้องสมุด
โต๊ะ
เก้าอี้
ดินสอ
ปากกา
อาหารกลางวัน
โฟลเดอร์
ครู
สอบ
หนังสือ
คณิตศาสตร์
หมายเลข
กระดาษ
ตอบ
ห้องเรียน

76 - Vacances #2

ภ	ห	ษ	ศ	จ	ม	ล	เ	ป	ซ	เ	ท	ฉ	ไ
ช	า	ซ	ร	บ	อ	ไ	ก	ล	ส	ว	ะ	ค	ธ
า	ห	พ	ร	ธ	ท	ง	า	า	น	ล	เ	ว	ก
ว	น	พ	ถ	ะ	ร	ศ	ะ	ย	า	า	ล	◌ี	า
ต	ย	ว	ธ	◌่	◌ั	ป	ฟ	ท	ม	ว	ะ	ซ	ร
◌่	ภ	◌ู	เ	ข	า	จ	ซ	า	บ	◌่	แ	◌่	ข
า	ช	แ	ต	ฟ	น	ย	ษ	ง	◌ิ	า	ง	า	น
ง	า	ท	◌็	ม	อ	ง	ถ	ษ	น	ง	พ	อ	ส
ช	ย	◌็	น	อ	า	ว	◌ั	น	ห	ย	◌ุ	ด	◌่
า	ห	ก	ท	ท	ห	แ	ผ	น	ท	◌ี	◌่	ก	ง
ต	า	ซ	◌์	ว	า	ะ	ฉ	โ	ร	ง	แ	ร	ม
◌ิ	ด	◌ี	ส	ห	ร	ย	ต	ท	ถ	แ	ว	ซ	อ
ไ	ป	◌่	ญ	แ	ง	ต	แ	ว	ไ	ก	ณ	ญ	ะ
ห	ฉ	ษ	ส	เ	ะ	ณ	ฝ	อ	ฟ	ศ	ม	ผ	ม

สนามบิน
แผนที่
ปลายทาง
ชาวต่างชาติ
โรงแรม
เกาะ
เวลาว่าง
ทะเล
ภูเขา
ภาพถ่าย
ชายหาด
ร้านอาหาร
จอง
แท็กซี่
เต็นท์
รถไฟ
การขนส่ง
วันหยุด
วีซ่า

77 - Outils

ค	บ	เ	พ	ล	◌ิ	ง	ไ	ณ	บ	ถ	ษ	ฝ	ส
◌้	ส	ช	ถ	ธ	ษ	ศ	ม	จ	พ	ท	ฟ	จ	ก
อ	า	◌ี	ล	ไ	ก	ผ	◌้	ว	ญ	ม	ข	ด	ร
น	ย	อ	ฟ	◌้	ค	ะ	บ	เ	ต	ษ	ว	ฟ	◌ู
ม	เ	ก	ร	ท	อ	อ	ร	ด	า	ฟ	า	ฟ	ง
ผ	ค	า	ต	เ	ซ	จ	ร	ม	ด	ย	น	ส	ไ
ป	เ	ว	ว	ะ	พ	ฉ	ท	ไ	ณ	ไ	ร	ห	ท
แ	บ	ย	ฟ	ข	ล	ฉ	◌ั	ม	◌ี	ด	โ	ก	น
ช	◌ิ	ป	พ	ฝ	◌ั	◌ุ	ด	ค	◌ี	ม	ย	ร	ฝ
ษ	ล	ไ	ซ	ร	◌่	ฟ	ม	ก	น	ด	พ	ร	จ
ถ	ค	ข	ฝ	ด	ว	า	ซ	พ	ณ	เ	แ	ไ	ฉ
น	บ	ช	ด	เ	ศ	ป	ฝ	ต	◌ุ	ไ	ต	ก	อ
บ	◌ั	น	ไ	ด	ก	ค	ะ	ย	ซ	ก	ช	ร	ร
ณ	ซ	ศ	ญ	ไ	ธ	ร	ว	ไ	ย	ถ	ซ	ท	ง

สายเคเบิล
กรรไกร
กาว
เชือก
มีด
บันได
ขวาน
ตะลุมพุก

ค้อน
พลั่ว
คีม
มีดโกน
ไม้บรรทัด
ล้อ
คบเพลิง
สกรู

78 - Temps

ใน	ไ	ม	่	ช	้	า	ห	ฟ	ง	ด	ณ	า
ภ	ท	ไ	ห	น	ญ	แ	ไ	ล	ย	ณ	เ	อ	ภ
ม	ล	ญ	ส	ช	ฟ	ผ	ส	ั	ป	ด	า	ห	์
ท	ศ	ว	ร	ร	ษ	ก	ฟ	ง	ฏ	ล	ก	ถ	แ
เ	เ	ญ	ง	ษ	ข	ง	ท	จ	ิ	ป	ล	ศ	ก
ษ	ม	ท	ด	ศ	เ	ช	้	า	ท	ช	า	เ	ส
ใ	ล	ื	ื	บ	ศ	ร	ั	ก	ิ	ธ	ง	ด	ศ
ผ	ฉ	ล	่	่	ม	ศ	อ	่	น	อ	ค	ื	ต
ฉ	ซ	ซ	ฟ	อ	ย	ร	ธ	ช	ว	ล	ื	อ	ว
อ	น	า	ค	ต	ว	ง	บ	ล	ั	โ	น	น	ร
อ	น	า	ฬ	ิ	ก	า	ต	ส	น	ร	ม	ห	ร
ป	ร	ะ	จ	ำ	ป	ี	น	ย	า	อ	ด	ง	ษ
ี	ว	ก	่	อ	น	พ	ล	ซ	ท	อ	น	ต	ฝ
ถ	ต	ต	อ	น	น	ี	้	จ	ี	ช	พ	แ	ไ

ปี	นาฬิกา
ประจำปี	วัน
หลังจาก	ตอนนี้
ก่อน	เช้า
ในไม่ช้า	เที่ยง
ปฏิทิน	นาที
ทศวรรษ	เดือน
อนาคต	กลางคืน
ชั่วโมง	สัปดาห์
เมื่อวาน	ศตวรรษ

79 - Maison

ห	ผ	ฝ	ไ	ฟ	ค	ก	ด	อ	ซ	ก	ห	ไ	ถ
◌้	ฟ	โ	ป	ร	ะ	ต	◌ู	ห	ษ	ร	◌้	ม	ป
อ	ม	ร	ค	ร	◌ั	ว	ห	น	บ	ะ	อ	◌้	ป
ง	ย	ง	เ	ม	ด	า	ว	◌้	อ	จ	ง	ก	ข
ไ	ส	ร	ต	ถ	ไ	ษ	ร	า	อ	ก	ส	ว	ว
ต	ว	ถ	า	ช	า	ฟ	บ	ต	ธ	ง	ม	า	ภ
◌ั	น	ข	ผ	ญ	ค	า	แ	◌่	ค	ฟ	◌ุ	ด	ร
ห	แ	ไ	◌ิ	ค	เ	พ	ด	า	น	ช	ด	ค	ษ
ล	า	ก	ง	อ	ข	ร	ล	ง	ค	ว	บ	า	ก
◌ั	น	ป	ษ	า	ม	ม	◌ั	ห	ล	◌ั	ง	ค	า
ง	ษ	ภ	ป	บ	ศ	ย	ผ	◌้	า	ม	◌่	า	น
ค	◌ี	ย	◌์	น	า	ณ	น	น	ว	ไ	จ	ช	ย
า	จ	ะ	ภ	◌้	ป	ห	◌ั	เ	ด	ต	ก	ะ	ส
ฝ	ญ	ย	ส	◌ำ	ญ	ซ	ง	ญ	ไ	ม	ล	จ	ร

ไม้กวาด
ห้องสมุด
ห้อง
เตาผิง
คีย์
รั้ว
ครัว
อาบน้ำ
หน้าต่าง
โรงรถ
ห้องใต้หลังคา
สวน
โคมไฟ
กระจก
ผนัง
เพดาน
ประตู
ผ้าม่าน
พรม
หลังคา

80 - Légumes

ฝ	ก	อ	า	ถ	ถ	ถ	ะ	ห	ษ	ด	แ	เ	ศ
ศ	ผ	ญ	า	า	ส	ต	พ	อ	ษ	ฝ	ค	ห	ไ
บ	ด	ไ	ย	ต	ส	บ	ศ	ม	ฉ	ธ	ร	◌็	ป
ร	ะ	บ	ซ	ณ	◌ิ	เ	ท	ล	บ	ห	อ	ด	ค
อ	ม	ะ	ก	อ	ก	โ	ม	ถ	จ	แ	ท	ล	ล
ก	ล	ถ	า	ผ	◌ั	ก	ช	◌ี	ฝ	ร	◌ั	◌่	ง
โ	ช	ส	ล	◌ั	ด	น	ษ	◌๊	ษ	ฟ	ข	ถ	ก
ค	ช	ษ	ส	ก	ศ	ฟ	ช	ป	ค	◌ั	◌ึ	แ	ร
ล	ข	◌ิ	ง	โ	ถ	◌ั	◌่	ว	ผ	ก	◌้	ต	ะ
◌ี	ม	ะ	เ	ข	◌ื	อ	เ	ท	ศ	ท	น	ง	เ
ฟ	ถ	ญ	พ	ม	ะ	เ	ข	◌ื	อ	อ	ฉ	ก	ท
ห	◌ั	ว	ผ	◌ั	ก	ก	า	ด	ป	ง	◌่	ว	◌ี
ษ	ด	ฟ	ห	◌ั	ว	ไ	ช	เ	ท	◌้	า	า	ย
ห	◌ั	ว	ห	อ	ม	ม	ด	ผ	ย	ซ	ย	น	ม

กระเทียม
อาติโช๊ค
มะเขือ
บรอกโคลี
แครอท
ขึ้นฉ่าย
เห็ด
ฟักทอง
แตงกวา
หอม
ผักโขม
ขิง
หัวผักกาด
หัวหอม
มะกอก
ผักชีฝรั่ง
ถั่ว
หัวไชเท้า
สลัด
มะเขือเทศ

81 - Plage

อ	ะ	ภ	อ	ป	ไ	ส	ห	บ	ร	ด	ท	ร	น
ะ	ห	ข	ถ	◌ู	ไ	ญ	ห	ต	ด	ว	◌่	อ	อ
แ	ค	ย	พ	ด	ส	ฟ	ฝ	ผ	จ	ง	า	ง	ณ
เ	บ	ร	ผ	น	◌ี	ธ	ท	◌้	ด	อ	เ	เ	า
ไ	เ	ล	ท	ร	น	ว	ซ	า	ฉ	า	ร	ท	ซ
ซ	เ	ฉ	แ	ถ	◌้	ป	◌ั	ข	ข	ท	◌ี	◌้	ธ
ช	ร	◌ี	ฟ	แ	◌ำ	ง	ง	น	ม	◌ิ	อ	า	เ
ล	า	ก	◌ู	น	เ	ธ	ด	ห	ห	ต	ร	แ	ก
ค	ญ	ย	ะ	ช	ง	ร	ถ	น	า	ย	ผ	ต	า
ซ	เ	ถ	ฝ	ม	◌ิ	◌่	◌ี	◌ู	ส	◌์	◌ุ	ะ	ะ
ซ	ผ	ไ	ส	◌ั	น	ม	ห	อ	ม	ด	ม	ด	อ
ษ	ท	ถ	แ	ป	◌่	ช	พ	ไ	◌ุ	ข	บ	ง	ะ
า	ผ	ย	ฟ	ม	ส	ง	พ	ซ	ท	ะ	เ	ล	ด
ป	ก	ก	ท	ร	า	ย	พ	เ	ร	◌ื	อ	ไ	บ

เรือ
สีน้ำเงิน
ชายฝั่ง
ปู
ท่าเรือ
เกาะ
ลากูน
ทะเล
มหาสมุทร
ร่ม
รีฟ
ทราย
รองเท้าแตะ
ผ้าขนหนู
ดวงอาทิตย์
วันหยุด
เรือใบ

82 - Famille

ย	ล	ผ	ฝ	ญ	ว	แ	ช	แ	ฝ	ย	ะ	ว	เ
า	◌ู	บ	ม	า	ร	ด	า	ถ	ส	ษ	ไ	ล	ด
ย	ก	ป	น	ช	แ	ว	◌ั	ย	เ	ด	◌็	ก	◌็
ท	พ	ส	◌้	◌้	ข	ฝ	ญ	ไ	ฟ	ว	ค	ล	ก
ช	◌ี	ท	อ	ธ	อ	ะ	ด	ม	พ	ฉ	บ	ฉ	ห
พ	◌่	อ	ง	ป	ศ	ง	แ	ม	◌่	อ	ร	ห	ล
ท	ล	ธ	ส	ศ	เ	ว	ช	ล	ก	ะ	ร	ล	า
ป	◌ู	◌่	า	ภ	ร	ร	ย	า	◌ุ	ภ	พ	า	น
า	ก	ฝ	ว	ค	ห	ล	า	น	ย	ง	บ	น	ช
ย	น	า	ไ	ณ	ล	◌ู	แ	ะ	ล	ด	◌ุ	ส	า
ภ	◌้	ผ	บ	ว	ป	ก	ะ	บ	ภ	ณ	ร	า	ย
ถ	อ	ฉ	ด	ธ	ฟ	ส	า	ม	◌ี	ล	◌ุ	ว	ท
ร	ง	น	ต	ไ	ก	า	ป	◌้	า	ฉ	ษ	ไ	ร
ด	ไ	บ	ซ	ป	า	ว	ษ	ม	ฟ	ผ	บ	ษ	า

บรรพบุรุษ
ลูกพี่ลูกน้อง
วัยเด็ก
เด็ก
ภรรยา
ลูกสาว
น้องชาย
ยาย
ปู่
ฝาแฝด
สามี
มารดา
แม่
หลานชาย
หลานสาว
ลุง
พ่อ
หลาน
น้องสาว
ป้า

83 - Oiseaux

เ	ซ	ล	จ	บ	ส	เ	ฝ	เ	บ	ช	ว	ล	อ
น	ป	น	ก	ก	ร	ะ	จ	อ	ก	เ	ท	ศ	◌ิ
ก	ฟ	◌็	ฟ	ล	ท	ห	ะ	ม	ร	ห	◌ู	ศ	น
พ	ล	น	ด	ไ	ก	◌่	ษ	ญ	ะ	แ	แ	ไ	ท
◌ิ	า	ก	ร	จ	แ	า	ห	ไ	ส	ว	ค	ม	ร
ร	ม	ก	ล	ฟ	เ	น	น	ฝ	า	ว	น	ไ	◌ี
า	◌ิ	ร	ถ	ไ	พ	ง	ค	ป	ห	ญ	ต	ข	ณ
บ	ง	ะ	ษ	ร	น	ก	ก	า	เ	ห	ว	◌่	า
น	โ	ส	ไ	น	ก	ก	ร	ะ	ท	◌ุ	ง	ต	ณ
า	ก	า	ณ	แ	ว	ร	ป	ไ	ข	◌่	ส	แ	ช
ง	ธ	ย	ด	อ	◌ิ	า	ะ	อ	◌ี	ก	า	ษ	ผ
น	ภ	ท	◌ู	ด	น	ร	ส	จ	ฉ	ถ	ง	เ	ะ
ว	า	ย	ห	ง	ส	◌์	ณ	ง	อ	แ	ข	แ	ล
ล	ญ	ด	น	ก	แ	ก	◌้	ว	ม	ก	ป	ท	ผ

อินทรี
นกกระจอกเทศ
เป็ด
นกกระสา
นกพิราบ
อีกา
นกกาเหว่า
หงส์
ฟลามิงโก
กระสา
เพนกวิน
กระจอก
นางนวล
ไข่
ห่าน
นกยูง
นกแก้ว
นกกระทุง
ไก่
ทูแคน

84 - Disciplines Scientifiques

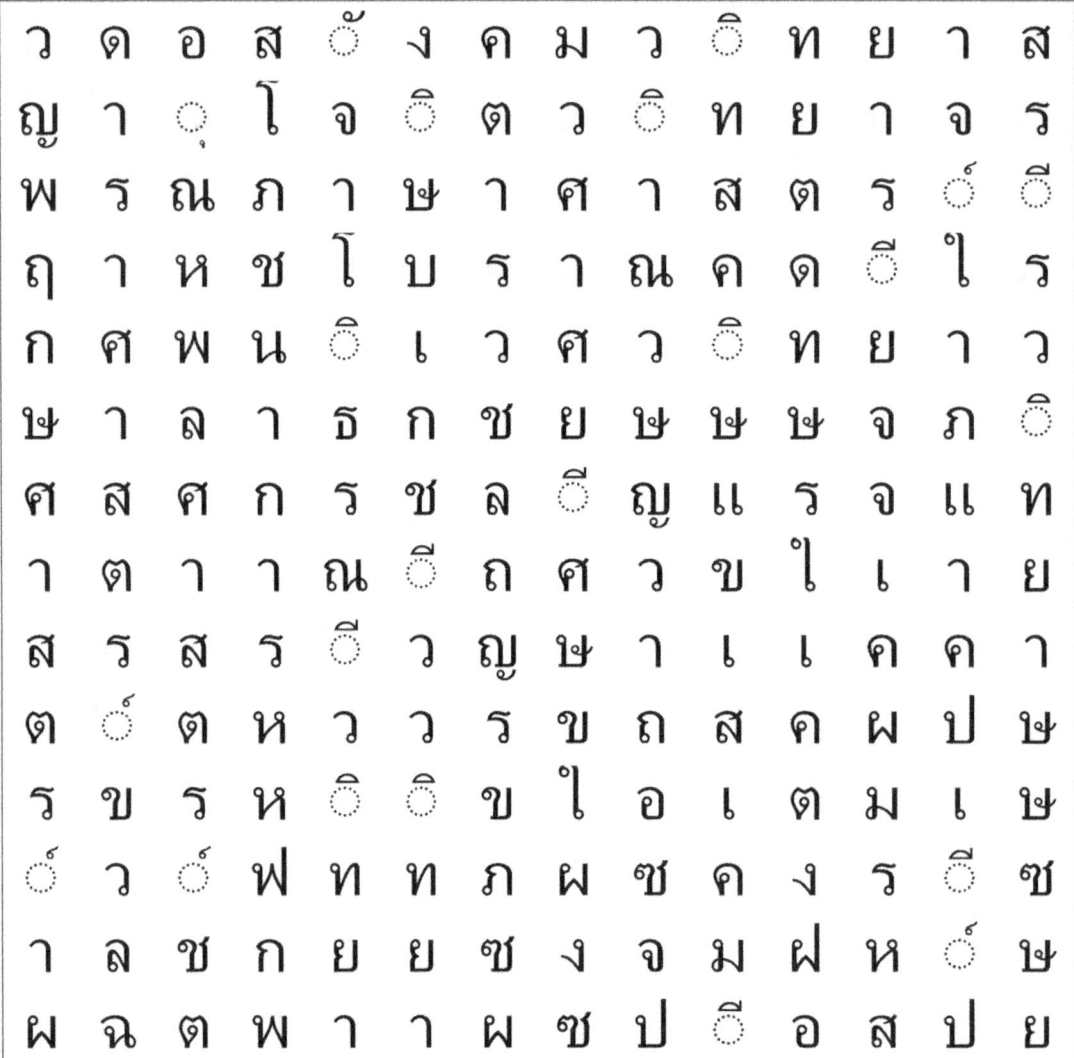

ว	ด	อ	ส	◌ั	ง	ค	ม	ว	◌ิ	ท	ย	า	ส
ญ	า	◌ุ	โ	จ	◌ิ	ต	ว	◌ิ	ท	ย	า	จ	ร
พ	ร	ณ	ภ	า	ษ	า	ศ	า	ส	ต	ร	◌์	◌ี
ฤ	า	ห	ช	โ	บ	ร	า	ณ	ค	ด	◌ี	ไ	ร
ก	ศ	พ	น	◌ิ	เ	ว	ศ	ว	◌ิ	ท	ย	า	ว
ษ	า	ล	า	ธ	ก	ช	ย	ษ	ษ	ษ	จ	ภ	◌ิ
ศ	ส	ศ	ก	ร	ช	ล	◌ี	ญ	แ	ร	จ	แ	ท
า	ต	า	า	ณ	◌ี	ถ	ศ	ว	ข	ไ	เ	า	ย
ส	ร	ส	ร	◌ี	ว	ญ	ษ	า	เ	เ	ค	ค	า
ต	◌์	ต	ห	ว	ว	ร	ข	ถ	ส	ค	ผ	ป	ษ
ร	ข	ร	ห	◌ิ	◌ิ	ข	ไ	อ	เ	ต	ม	เ	ษ
◌์	ว	◌์	ฟ	ท	ท	ภ	ผ	ซ	ค	ง	ร	◌ี	ซ
า	ล	ช	ก	ย	ย	ซ	ง	จ	ม	ฝ	ห	◌์	ษ
ผ	ฉ	ต	พ	า	า	ผ	ซ	ป	◌ี	อ	ส	ป	ย

โบราณคดี
ดาราศาสตร์
ชีวเคมี
ชีววิทยา
พฤกษศาสตร์
เคมี
นิเวศวิทยา
ธรณีวิทยา
ภาษาศาสตร์
กลศาสตร์
โภชนาการ
สรีรวิทยา
จิตวิทยา
สังคมวิทยา
อุณหพลศาสตร์

85 - Émotions

ท	แ	ก	า	ร	บ	ร	ร	เ	ท	า	ง	ข	ค
ค	ผ	ต	◌ี	◌่	น	เ	ต	◌้	น	พ	อ	ใ	จ
ค	◌่	ค	ร	ผ	ง	น	ผ	ก	จ	ธ	พ	ผ	อ
ว	ว	ว	◌ั	ซ	ษ	◌ี	◌่	ม	ต	ศ	ภ	ข	ย
า	ๆ	า	ก	แ	ภ	◌้	อ	ม	ญ	◌ั	ฝ	ร	บ
ม	บ	ม	ม	ร	ห	อ	น	พ	ษ	ษ	ญ	น	เ
เ	อ	โ	ค	ส	ส	ห	ค	ร	ผ	ป	น	ญ	ะ
ม	ช	ก	ร	ม	ง	า	ล	ก	ไ	ช	ห	ญ	◌ู
ต	พ	ร	ช	ช	ษ	บ	า	ข	ค	ศ	ค	ค	ะ
ต	ศ	ธ	ม	บ	ข	น	ย	เ	ซ	ล	ว	ฉ	ภ
า	ย	อ	ญ	อ	ช	ช	า	ไ	บ	เ	ร	ไ	ก
ส	◌ั	น	ต	◌ิ	ภ	า	พ	ญ	ม	◌ี	ร	ธ	ล
ง	ญ	ค	ว	า	ม	เ	ศ	ร	◌้	า	◌่	ญ	◌ั
บ	เ	ซ	อ	ร	◌์	ไ	พ	ร	ส	◌์	ไ	อ	ว

รัก
สงบ
ความโกรธ
เนื้อหา
ผ่อนคลาย
เบื่อ
ตื่นเต้น
ความเมตตา
จอย
สันติภาพ
กลัว
กตัญญู
การบรรเทา
พอใจ
เซอร์ไพรส์
แผ่วๆ
ความสงบ
ความเศร้า

86 - Géographie

ต	ท	ว	◌ี	ป	ธ	า	พ	เ	แ	ภ	ป	แ	ล
ร	ะ	ด	◌ั	บ	ค	ว	า	ม	ส	◌ู	ง	อ	ะ
ไ	ด	ว	ป	ท	น	ท	ไ	◌ี	อ	เ	เ	ต	ต
ท	ต	ผ	◌ั	เ	แ	ะ	ณ	อ	ว	ข	ก	ล	◌ิ
ค	ธ	◌้	ไ	น	ล	เ	ง	ง	ม	า	า	า	จ
เ	ล	ญ	ฝ	ย	ต	ล	ม	ห	ล	เ	ะ	ส	◌ู
ท	ก	ผ	ห	ห	อ	ก	ห	ก	น	ด	ธ	ป	ด
ฟ	ฝ	ล	แ	ม	◌่	น	◌้	◌ำ	ป	น	ท	ร	เ
ภ	า	ค	ณ	ผ	ฟ	ซ	◌ี	ก	โ	ล	ก	ะ	ถ
ท	◌ิ	ศ	เ	ห	น	◌ื	อ	ฝ	ล	ท	ะ	เ	ง
ม	ห	า	ส	ม	◌ุ	ท	ร	ท	ก	บ	ซ	ท	ล
อ	า	ณ	า	เ	ข	ต	◌ี	ถ	อ	ฝ	ว	ศ	แ
ธ	ด	ข	ค	ห	ป	ป	ธ	◌่	า	ด	เ	า	ฉ
เ	ม	อ	ร	◌ิ	เ	ด	◌ี	ย	น	ก	ษ	ก	ป

ระดับความสูง
แอตลาส
แผนที่
ทวีป
แม่น้ำ
ซีกโลก
เกาะ
ละติจูด
ทะเล
เมอริเดียน
โลก
ภูเขา
ทิศเหนือ
มหาสมุทร
ตะวันตก
ประเทศ
ภาค
ใต้
อาณาเขต
เมือง

87 - Danse

ท	◌่	า	ท	า	ง	ล	ช	ว	ป	ญ	ษ	า	ร
ก	ญ	บ	ณ	พ	ณ	จ	ษ	◌ั	ณ	ส	ป	ษ	◌่
า	ร	จ	ป	ม	ภ	ง	น	ฒ	ฉ	ณ	ก	ท	า
ร	ค	ะ	ฝ	แ	ห	◌ุ	◌้	น	ส	◌่	ว	น	ง
เ	ก	ย	โ	ส	อ	ญ	ภ	ธ	พ	ญ	เ	ต	ก
ค	ฝ	ต	ด	ด	ผ	อ	า	ร	ม	ณ	◌์	ด	า
ล	ไ	ห	ท	ง	ด	ท	พ	ร	พ	ว	ม	น	ย
◌ี	จ	ค	ะ	อ	ซ	◌้	อ	ม	ไ	ฝ	ซ	ต	เ
◌่	◌ั	ล	ษ	อ	ต	ค	ง	ไ	า	ห	ษ	ร	ก
อ	ง	า	ศ	ก	ช	ะ	ต	ญ	จ	ย	แ	◌ี	ร
น	ห	ส	ม	◌ิ	ด	◌ั	◌้	ง	เ	ด	◌ิ	ม	ซ
ไ	ว	ส	ก	ซ	ล	ษ	ท	ย	ส	ศ	ษ	ซ	ช
ห	ะ	◌ิ	ท	น	ว	ป	อ	อ	ษ	ผ	ล	ย	ว
ว	ว	ก	ผ	พ	ค	ล	ะ	ด	ไ	ญ	ท	จ	ต

ศิลปะ
คลาสสิก
ร่างกาย
วัฒนธรรม
แสดงออก
อารมณ์
เกรซ
การเคลื่อนไหว
ดนตรี
หุ้นส่วน
ท่าทาง
ซ้อม
จังหวะ
กระโดด
ดั้งเดิม
ภาพ

88 - Bâtiments

โ	ร	ง	น	า	ย	ส	ง	ง	พ	ห	เ	ห	ต
ร	ร	อ	พ	า	ร	◌์	ท	เ	ม	◌้	น	อ	ต
ง	ถ	ง	ข	ไ	ช	ไ	ด	ธ	ม	า	ส	ด	ว
พ	ข	ข	เ	ต	◌็	น	ท	◌์	ห	ง	ก	◌ู	ม
ย	ช	ร	ฟ	ร	ณ	ฝ	ค	ค	า	พ	ธ	ด	ภ
า	ะ	ม	ส	ท	◌ี	ม	ห	า	ว	◌ิ	ห	า	ร
บ	ถ	ห	ถ	ล	ณ	ย	ษ	โ	◌ิ	พ	อ	ว	ส
า	ป	ร	า	ส	า	ท	น	ร	ท	◌ิ	ค	โ	น
ล	ก	ป	น	ธ	ป	ง	ย	ง	ย	ธ	อ	ร	า
ก	บ	ย	ท	ะ	า	พ	ถ	แ	า	ภ	ย	ง	ม
ไ	ช	ค	◌ู	ะ	ะ	ต	ศ	ร	ล	◌ั	า	ง	ก
ฝ	ม	น	ต	ท	ณ	ษ	ษ	ม	◌ั	ณ	ล	า	◌ี
โ	ร	ง	ล	ะ	ค	ร	ห	บ	ย	ฑ	ย	น	ฬ
ฟ	า	ร	◌์	ม	โ	ร	ง	ร	ถ	◌์	ข	บ	า

สถานทูต
อพาร์ทเม้น
ห้าง
มหาวิหาร
ปราสาท
โรงเรียน
ฟาร์ม
โรงรถ
โรงนา
โรงพยาบาล
โรงแรม
พิพิธภัณฑ์
หอดูดาว
สนามกีฬา
เต็นท์
โรงละคร
หอคอย
มหาวิทยาลัย
โรงงาน

89 - Pêche

ด	เ	ล	ฝ	ท	ไ	ห	ถ	ไ	ซ	อ	อ	ค	น
ฝ	ห	ท	◌ำ	อ	า	ห	า	ร	า	ข	◌ุ	ว	◌้
ต	ง	ไ	ห	ฝ	ไ	ย	ต	า	ช	ฝ	ป่	า	◌ำ
ม	◌ื	ข	า	ก	ร	ร	ไ	ก	ร	า	ก	ม	ห
ภ	อ	ไ	ะ	ม	ป	ค	ค	ต	ถ	ด	ร	อ	น
ห	ก	บ	แ	ร	ป	เ	เ	ธ	ะ	ต	ณ	ด	◌ั
บ	แ	า	ม	ห	ฤ	ห	ร	ห	จ	ก	◌์	ท	ก
ช	า	ย	ห	า	ด	ย	◌ี	ล	ว	ด	ร	น	ฝ
ต	พ	ไ	า	แ	◌ู	◌ื	อ	แ	ม	◌่	น	◌้	◌ำ
ะ	ล	ฉ	ส	ถ	ศ	◌่	ไ	จ	ซ	ง	◌้	เ	า
ข	ม	ฝ	ม	ส	ม	อ	เ	ง	ผ	ช	◌ำ	ส	ค
อ	ช	า	◌ุ	ท	ะ	เ	ล	ส	า	บ	ด	ย	ก
ไ	ผ	จ	ท	แ	น	ย	จ	แ	ข	จ	ษ	า	ก
น	ม	ด	ร	ไ	ฉ	ณ	ญ	ภ	ซ	จ	ร	ษ	ซ

เหยื่อ
เรือ
เหงือก
ตะขอ
ทำอาหาร
น้ำ
อุปกรณ์
ลวด
แม่น้ำ
ทะเลสาบ
ขากรรไกร
มหาสมุทร
ตะกร้า
ความอดทน
ชายหาด
น้ำหนัก
ฤดู

90 - Activités et Loisirs

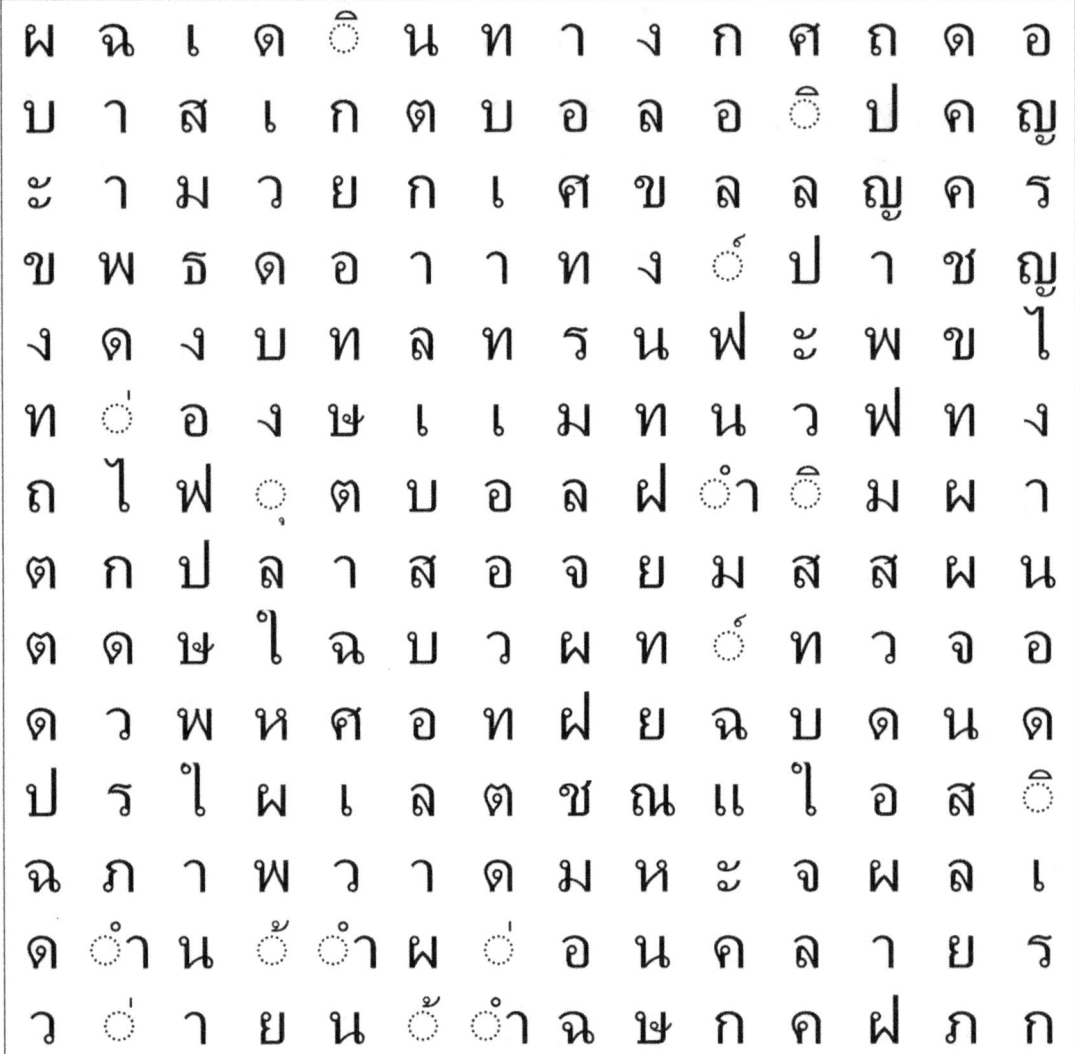

ผ	ฉ	เ	ด	◌ิ	น	ท	า	ง	ก	ศ	ถ	ด	อ
บ	า	ส	เ	ก	ต	บ	อ	ล	อ	◌ิ	ป	ค	ญ
ะ	า	ม	ว	ย	ก	เ	ศ	ข	ล	ล	ญ	ค	ร
ข	พ	ธ	ด	อ	า	า	ท	ง	◌์	ป	า	ช	ญ
ง	ด	ง	บ	ท	ล	ท	ร	น	ฟ	ะ	พ	ข	ไ
ท	◌่	อ	ง	ษ	เ	เ	ม	ท	น	ว	ฟ	ท	ง
ถ	ไ	ฟ	◌ุ	ต	บ	อ	ล	ฝ	◌ำ	◌ิ	ม	ผ	า
ต	ก	ป	ล	า	ส	อ	จ	ย	ม	ส	ส	ผ	น
ต	ด	ษ	ไ	ฉ	บ	ว	ผ	ท	◌์	ท	ว	จ	อ
ด	ว	พ	ห	ศ	อ	ท	ฝ	ย	ฉ	บ	ด	น	ด
ป	ร	ไ	ผ	เ	ล	ต	ช	ณ	แ	ไ	อ	ส	◌ิ
ฉ	ภ	า	พ	ว	า	ด	ม	ห	ะ	จ	ผ	ล	เ
ด	◌ำ	น	◌้	◌ำ	ผ	◌่	อ	น	ค	ล	า	ย	ร
ว	◌่	า	ย	น	◌้	◌ำ	ฉ	ษ	ก	ค	ฝ	ภ	ก

ศิลปะ
เบสบอล
บาสเกตบอล
มวย
ฟุตบอล
กอล์ฟ
การทำสวน
ว่ายน้ำ
งานอดิเรก
ภาพวาด
ตกปลา
ดำน้ำ
ผ่อนคลาย
ท่อง
เทนนิส
วอลเลย์บอล
เดินทาง

91 - Livres

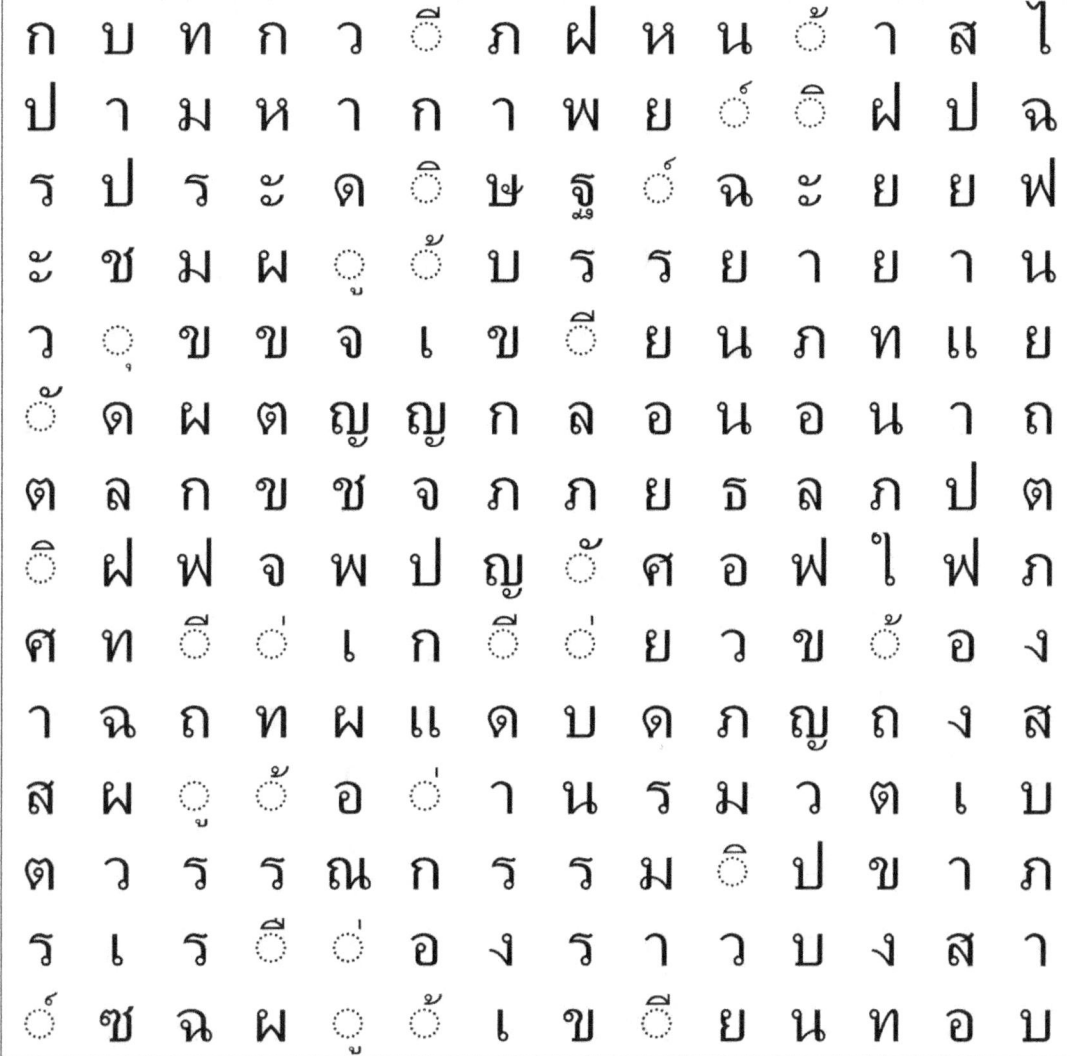

ก	บ	ท	ก	ว	◌ี	ภ	ฝ	ห	น	◌้	า	ส	ไ
ป	า	ม	ห	า	ก	า	พ	ย	◌์	◌ิ	ฝ	ป	ฉ
ร	ป	ร	ะ	ด	◌ิ	ษ	ฐ	◌์	ฉ	ะ	ย	ย	ฟ
ะ	ช	ม	ผ	◌ู	◌้	บ	ร	ร	ย	า	ย	า	น
ว	◌ุ	ข	ข	จ	เ	ข	◌ี	ย	น	ภ	ท	แ	ย
◌ั	ด	ผ	ต	ญ	ญ	ก	ล	อ	น	อ	น	า	ถ
ต	ล	ก	ข	ช	จ	ภ	ภ	ย	ธ	ล	ภ	ป	ต
◌ิ	ฝ	ฟ	จ	พ	ป	ญ	◌ั	ศ	อ	ฟ	ไ	ฟ	ภ
ศ	ท	◌ี	◌่	เ	ก	◌ี	◌่	ย	ว	ข	◌้	อ	ง
า	ฉ	ถ	ท	ผ	แ	ด	บ	ด	ภ	ญ	ถ	ง	ส
ส	ผ	◌ู	◌้	อ	◌่	า	น	ร	ม	ว	ต	เ	บ
ต	ว	ร	ร	ณ	ก	ร	ร	ม	◌ิ	ป	ข	า	ภ
ร	เ	ร	◌ี	◌่	อ	ง	ร	า	ว	บ	ง	ส	า
◌์	ซ	ฉ	ผ	◌ู	◌้	เ	ข	◌ี	ย	น	ท	อ	บ

ผู้เขียน
การผจญภัย
ชุด
บริบท
เขียน
มหากาพย์
เรื่องราว
ประวัติศาสตร์
ตลก
ประดิษฐ์
ผู้อ่าน
วรรณกรรม
ผู้บรรยาย
หน้า
ที่เกี่ยวข้อง
กลอน
บทกวี
นิยาย
อนาถ

92 - Pays #2

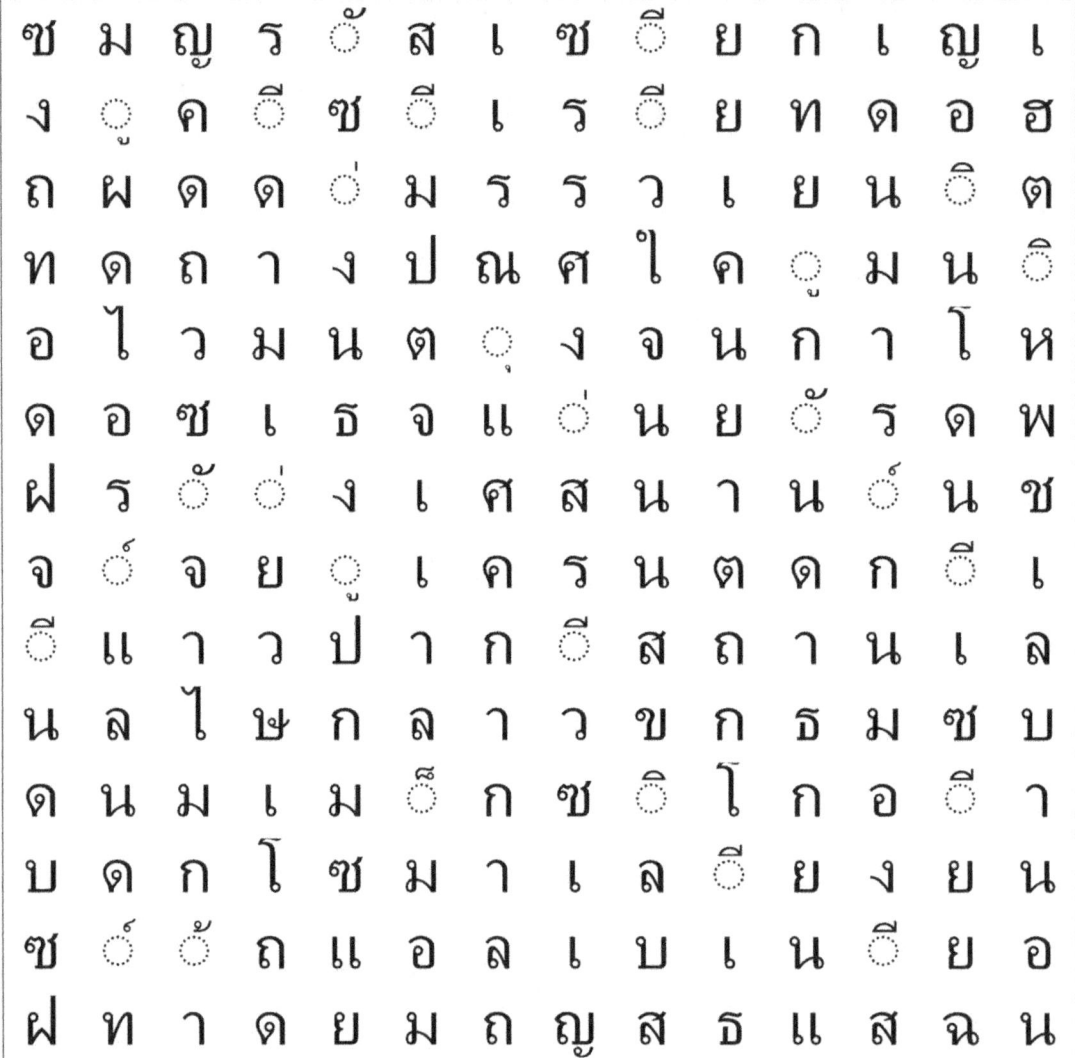

ซ	ม	ญ	ร	◌ั	ส	เ	ซ	◌ี	ย	ก	เ	ญ	เ
ง	◌ู	ค	◌ี	ซ	◌ี	เ	ร	◌ี	ย	ท	ด	อ	ฮ
ถ	ผ	ด	ด	◌่	ม	ร	ร	ว	เ	ย	น	◌ิ	ต
ท	ด	ถ	า	ง	ป	ณ	ศ	ไ	ค	◌ู	ม	น	◌ิ
อ	ไ	ว	ม	น	ต	◌ุ	ง	จ	น	ก	า	โ	ห
ด	อ	ซ	เ	ธ	จ	แ	◌่	น	ย	◌ั	ร	ด	พ
ฝ	ร	◌ั	◌่	ง	เ	ศ	ส	น	า	น	◌์	น	ช
จ	◌์	จ	ย	◌ู	เ	ค	ร	น	ต	ด	ก	◌ี	เ
◌ี	แ	า	ว	ป	า	ก	◌ี	ส	ถ	า	น	เ	ล
น	ล	ไ	ษ	ก	ล	า	ว	ข	ก	ธ	ม	ซ	บ
ด	น	ม	เ	ม	◌็	ก	ซ	◌ิ	โ	ก	อ	◌ี	า
บ	ด	ก	โ	ซ	ม	า	เ	ล	◌ี	ย	ง	ย	น
ซ	◌์	◌ั	ถ	แ	อ	ล	เ	บ	เ	น	◌ี	ย	อ
ฝ	ท	า	ด	ย	ม	ถ	ญ	ส	ธ	แ	ส	ฉ	น

แอลเบเนีย
จีน
เดนมาร์ก
ฝรั่งเศส
เฮติ
อินโดนีเซีย
ไอร์แลนด์
จาไมก้า
ญี่ปุ่น
เคนยา
ลาว
เลบานอน
เม็กซิโก
ยูกันดา
ปากีสถาน
รัสเซีย
โซมาเลีย
ซูดาน
ซีเรีย
ยูเครน

93 - Fournitures d'Art

ถ	ไ	ภ	ม	ฟ	ห	ธ	ส	ร	ท	ส	โ	ภ	ห
◌่	ฝ	ญ	ย	ณ	ข	เ	ไ	◌ี	พ	ไ	ต	ง	ม
า	ธ	ธ	ด	บ	ท	พ	ง	อ	น	ะ	◌๊	น	◌ื
น	◌้	◌ำ	ห	ร	ณ	ง	ต	ผ	เ	◌้	ะ	ก	ก
อ	เ	ช	ย	ย	ว	แ	ง	ร	ฟ	ด	◌ำ	า	ข
ะ	ก	ห	ฉ	ด	ห	ฝ	ย	พ	ศ	ะ	◌ี	ว	า
ค	ว	ช	ท	◌ิ	เ	ก	◌้	า	อ	◌ี	◌้	ย	ต
ร	ไ	ซ	ง	น	ญ	ร	พ	ส	ง	ก	ป	น	◌ั
◌ิ	ษ	ง	ะ	ส	ว	ะ	ศ	ด	ค	ล	ส	◌้	◌้
ล	ญ	ผ	ด	อ	ภ	ด	ส	จ	ล	◌้	บ	◌ำ	ง
◌ิ	ม	ฟ	ณ	ไ	ผ	า	◌ี	ส	ะ	อ	ซ	ม	ท
ค	ญ	ป	ไ	ม	บ	ษ	แ	ป	ร	ง	ถ	◌ั	ท
จ	ณ	ณ	ท	บ	ณ	ต	ถ	ศ	ฝ	ช	ศ	น	จ
เ	ค	ล	ย	◌์	ย	ผ	ป	ส	ส	ล	ร	ฝ	อ

อะคริลิค
สีน้ำ
เคลย์
แปรง
กล้อง
เก้าอี้
ถ่าน
ขาตั้ง
กาว
สี
ดินสอ
น้ำ
หมึก
ยางลบ
น้ำมัน
ไอเดีย
กระดาษ
พาส
โต๊ะ

94 - Jouets

เ	ท	ธ	ร	ถ	ไ	ฟ	ล	ง	เ	ป	อ	ะ	ห
ค	ข	ี	ว	ถ	จ	ร	ฝ	น	ค	ร	ถ	ฝ	ุ
ร	ค	อ	่	อ	บ	ิ	ฟ	ถ	ล	ิ	อ	า	่
ี	ช	ญ	า	ช	พ	ร	น	ศ	ย	ศ	ช	จ	น
่	ข	ข	ว	ต	ี	ย	ร	ต	์	น	ต	ั	ย
อ	ป	ล	ป	จ	ซ	่	ห	ท	น	า	ุ	ก	น
ง	เ	ก	ม	ช	ฝ	ธ	น	ต	ุ	า	๊	ร	ต
บ	ว	ล	ภ	ภ	ไ	อ	ั	ช	ษ	ก	ก	ย	์
ิ	ป	อ	ศ	ง	ต	ธ	ง	ร	อ	ต	ต	า	เ
น	ก	ง	ธ	ค	ะ	ฉ	ส	ื	ไ	บ	า	น	ร
ห	ม	า	ก	ร	ุ	ก	ี	ซ	ค	ช	ด	ญ	ื
ล	ู	ก	บ	อ	ล	ง	อ	ล	ด	ป	า	ร	อ
ฝ	ก	อ	ล	ม	บ	ง	า	น	ฝ	ื	ม	ื	อ
ภ	ธ	ไ	ญ	เ	ต	อ	แ	ท	ข	บ	ล	ป	ฉ

เคลย์
งานฝีมือ
เครื่องบิน
ลูกบอล
เรือ
รถบรรทุก
ว่าว
หมากรุก
ที่ชื่นชอบ
จินตนาการ
เกม
หนังสือ
สี
ตุ๊กตา
ปริศนา
หุ่นยนต์
กลอง
รถไฟ
จักรยาน
รถ

95 - Eau

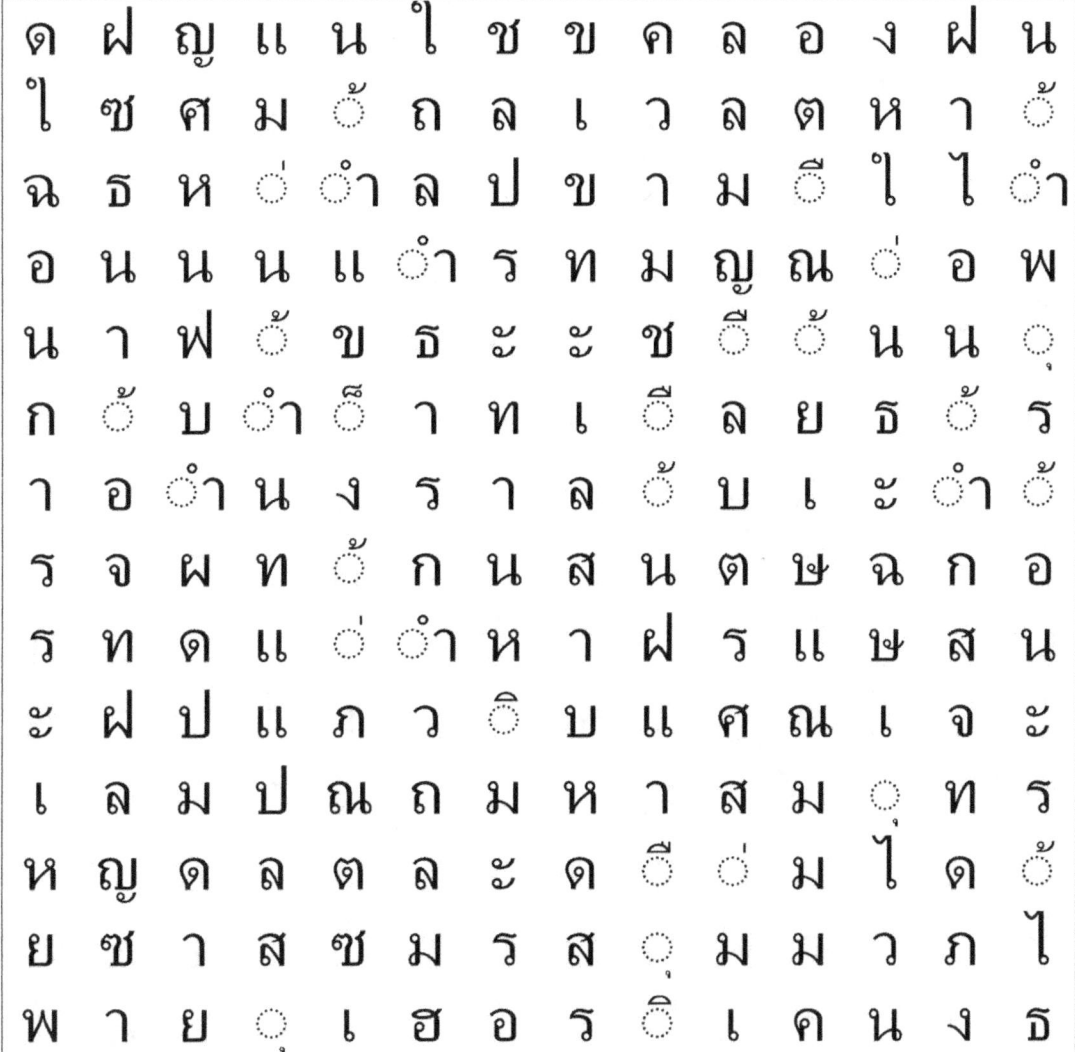

ด	ฝ	ญ	แ	น	ใ	ช	ข	ค	ล	อ	ง	ฝน
ไ	ซ	ศ	ม	้	ถ	ล	เ	ว	ล	ต	ห	า	้
ฉ	ธ	ห	่	ำ	ล	ป	ข	า	ม	ื	ไ	ไ	ำ
อ	น	น	น	แ	ำ	ร	ท	ม	ญ	ณ	่	อ	พ
น	า	ฟ	้	ข	ธ	ะ	ะ	ช	ื	้	น	น	ุ
ก	้	บ	ำ	็	า	ท	เ	ื	ล	ย	ธ	้	ร
า	อ	ำ	น	ง	ร	า	ล	้	บ	เ	ะ	ำ	้
ร	จ	ผ	ท	้	ก	น	ส	น	ต	ษ	ฉ	ก	อ
ร	ท	ด	แ	่	ำ	ห	า	ฝ	ร	แ	ษ	ส	น
ะ	ฝ	ป	แ	ภ	ว	ิ	บ	แ	ศ	ณ	เ	จ	ะ
เ	ล	ม	ป	ณ	ถ	ม	ห	า	ส	ม	่	ท	ร
ห	ญ	ด	ล	ต	ล	ะ	ด	ื	่	ม	ไ	ด	้
ย	ซ	า	ส	ซ	ม	ร	ส	ุ	ม	ม	ว	ภ	ไ
พ	า	ย	ุ	เ	ฮ	อ	ร	ิ	เ	ค	น	ง	ธ

คลอง	ชลประทาน
อาบน้ำ	ทะเลสาบ
การระเหย	มรสุม
แม่น้ำ	หิมะ
ลำธาร	มหาสมุทร
น้ำพุร้อน	พายุเฮอริเคน
น้ำแข็ง	ฝน
ชื้น	ดื่มได้
ความชื้น	คลื่น
น้ำท่วม	ไอน้ำ

96 - Paysages

ค	า	บ	ส	ม	◌ุ	ท	ร	ป	ฟ	แ	ข	แ	ภ
ล	ช	ไ	อ	ร	า	อ	ผ	า	ต	ช	ท	ม	◌ู
ภ	ภ	ก	ฟ	ด	ฟ	ธ	ต	ก	ะ	า	จ	◌่	เ
ท	ะ	เ	ล	ท	ร	า	ย	น	ฟ	ย	ผ	น	ข
โ	ต	ซ	ก	จ	จ	ร	ถ	◌้	◌ำ	ห	ม	◌้	า
อ	ผ	อ	บ	า	ว	น	ห	◌ำ	พ	า	ษ	◌ำ	น
เ	เ	ร	ศ	ผ	ะ	◌้	ท	◌ุ	น	ด	ร	า	◌้
อ	ค	◌์	ง	ค	ด	◌ำ	ท	ศ	บ	บ	ฉ	ฉ	◌ำ
ซ	น	◌้	◌ำ	ต	ก	แ	ไ	ะ	ร	เ	ร	ห	แ
◌ิ	บ	ฟ	ภ	◌ู	เ	ข	า	ห	เ	ไ	ข	ว	ข
ส	ร	ว	ญ	ษ	ม	◌็	ด	ส	ฝ	ล	ษ	า	◌็
พ	อ	ะ	ด	ห	เ	ง	ร	ณ	ส	ย	บ	◌ึ	ง
ท	ะ	เ	ล	ส	า	บ	เ	น	◌ิ	น	เ	ข	า
ข	ค	ก	ร	ภ	◌ู	เ	ข	า	ไ	ฟ	ป	ญ	ไ

น้ำตก
เนินเขา
ทะเลทราย
ปากน้ำ
แม่น้ำ
ไกเซอร์
ธารน้ำแข็ง
ถ้ำ
ภูเขาน้ำแข็ง
เกาะ
ทะเลสาบ
บึง
ทะเล
ภูเขา
โอเอซิส
คาบสมุทร
ชายหาด
ทุนดรา
หุบเขา
ภูเขาไฟ

97 - Nombres

ส	ภ	ส	ส	บ	ม	ท	ย	ี	่	ส	ิ	บ	พ
ิ	ว	ิ	ิ	ข	แ	ฉ	อ	ต	ต	ิ	ธ	ศ	เ
บ	ฟ	บ	บ	ถ	ป	น	ฝ	า	แ	บ	ะ	ผ	ก
เ	ป	เ	ห	ส	ห	ส	ซ	อ	ฝ	แ	ป	ด	้
จ	ห	ก	้	อ	ช	้	ิ	ภ	ล	ป	ภ	ผ	า
็	ผ	้	า	ง	ข	ถ	า	บ	เ	ด	ถ	ท	เ
ด	ล	า	ภ	เ	ด	ศ	ล	ฉ	ส	ก	ว	ด	ไ
ไ	อ	ถ	ส	จ	ล	ฝ	ส	ี	่	ี	ไ	ก	ณ
เ	ฝ	ง	ผ	็	ส	ิ	บ	ส	อ	ง	่	ว	ข
ส	บ	บ	บ	ด	ส	า	ม	ส	ิ	บ	ห	ก	ท
ส	ิ	บ	ส	า	ม	ฟ	ท	ศ	น	ิ	ย	ม	ย
ก	ผ	บ	ศ	ู	น	ย	์	ร	ห	พ	ท	ล	ฝ
า	ซ	ช	ภ	น	ษ	ก	จ	เ	ฝ	ง	ผ	ง	พ
ซ	ฉ	ป	ณ	ป	ไ	พ	ป	น	ร	ไ	ณ	ไ	ภ

ห้า
สอง
ทศนิยม
สิบ
สิบแปด
สิบเก้า
สิบเจ็ด
สิบสอง
แปด
เก้า
สิบสี่
สี่
สิบห้า
สิบหก
เจ็ด
หก
สิบสาม
สาม
ยี่สิบ
ศูนย์

98 - Nature

ไ	ฟ	ศ	ธ	น	แ	า	ษ	ย	ษ	ฟ	ญ	พ	ผ
ศ	ส	อ	า	ร	◌์	ก	ต	◌ิ	ก	ซ	า	ล	◌ื
ช	ะ	ษ	ร	ไ	ไ	ส	◌ั	ต	ว	◌์	ณ	ว	◌้
ไ	ร	อ	น	จ	บ	า	ข	ห	ษ	ก	ส	◌ั	ง
ด	ว	ฉ	◌้	ท	า	ไ	ไ	ข	ง	ต	ง	ต	อ
ภ	น	ไ	◌ำ	ะ	ท	ธ	ม	ถ	ธ	ภ	บ	เ	ไ
ย	เ	ธ	แ	เ	ข	ต	ร	◌้	อ	น	◌ิ	◌่	ง
ข	ม	ซ	ข	ล	ค	ว	า	ม	ง	า	ม	ม	ฟ
แ	ท	อ	◌็	ท	◌ี	◌่	ห	ล	บ	ภ	◌ั	ย	จ
ถ	ม	ฝ	ง	ร	ธ	ห	น	◌้	า	ผ	า	ภ	ย
ม	ฝ	◌่	จ	า	◌่	ม	แ	ณ	บ	ป	ม	◌ู	ต
ท	ค	ซ	น	ย	ศ	อ	เ	ม	ฆ	◌่	ศ	เ	ร
ะ	ร	พ	ฝ	◌้	ศ	ก	น	ป	ะ	า	ด	ข	ห
ฟ	ก	ท	ผ	ส	◌ำ	ค	◌ั	ญ	ม	า	ก	า	บ

ผึ้ง
ที่หลบภัย
สัตว์
อาร์กติก
ความงาม
หมอก
ทะเลทราย
พลวัต
ร่อน
หน้าผา
ใบไม้
แม่น้ำ
ป่า
ธารน้ำแข็ง
ภูเขา
เมฆ
สงบ
นิ่ง
เขตร้อน
สำคัญมาก

99 - Bateaux

แ	ม	◌่	น	◌ั	◌ำ	ค	ม	ท	◌ุ	◌่	น	ท	ล
ค	ศ	ธ	ถ	ย	ศ	า	ห	แ	ด	เ	ว	ะ	◌ู
น	ศ	อ	ส	ม	อ	ย	า	ท	พ	ส	แ	เ	ก
◌ู	ธ	ฉ	ธ	ม	เ	◌ั	ส	ค	ะ	า	ฉ	ล	เ
ก	ะ	ล	า	ส	◌ี	ค	ม	ข	ล	เ	ก	ส	ร
ฉ	ศ	ะ	า	ฉ	เ	ภ	◌ุ	ต	ก	◌ื	ล	า	◌ื
ะ	ะ	ษ	ฝ	ฟ	ร	ข	ท	เ	ณ	ล	◌่	บ	อ
ว	น	ต	จ	แ	◌ื	ร	ร	ช	ธ	ษ	ท	น	ต
ต	ช	ย	ย	พ	อ	น	ศ	◌ื	ท	ค	◌่	า	บ
ภ	แ	แ	ห	ง	ไ	ล	ฉ	อ	บ	พ	า	ก	น
ส	ณ	ภ	ย	ญ	บ	ส	ว	ก	ฉ	ช	เ	ศ	ก
เ	ค	ร	◌ื	◌่	อ	ง	ย	น	ต	◌์	ร	ช	ส
เ	ร	◌ื	อ	ข	◌้	า	ม	ฟ	า	ก	◌ื	ะ	ฟ
ต	แ	เ	ร	◌ื	อ	ย	อ	ช	ท	◌์	อ	ส	อ

สมอ
ทุ่น
แคนู
เชือก
ท่าเรือ
ลูกเรือ
เรือข้ามฟาก
แม่น้ำ
คายัค
ทะเลสาบ
กะลาสี
เสา
ทะเล
เครื่องยนต์
มหาสมุทร
แพ
คลื่น
เรือใบ
เรือยอชท์

100 - Mesures

น	ง	ค	ว	า	ม	ส	◌ู	ง	ค	ะ	ท	ท	น
ส	◌้	พ	ม	ค	ว	า	ม	ก	ว	◌้	า	ง	า
ข	ช	◌ำ	ณ	ไ	ม	ฝ	ฉ	◌ิ	า	ซ	ถ	ะ	ท
น	ร	ม	ห	ณ	ห	า	พ	โ	ม	ฟ	ะ	ศ	◌ี
า	ภ	ษ	ถ	น	ไ	ไ	ญ	ล	ล	ภ	อ	ผ	เ
ไ	บ	ต	◌์	ถ	◌ั	ม	ท	ก	◌ื	◌ิ	ส	า	ซ
ะ	ค	◌ั	ะ	ค	อ	ก	น	ร	ก	ค	ต	ธ	น
ไ	ห	น	ค	ข	เ	ไ	◌ิ	◌ั	◌ิ	ว	ซ	ร	ต
อ	ท	ศ	น	◌ิ	ย	ม	◌้	ม	โ	า	ซ	ข	◌ิ
ะ	ง	พ	ด	า	ช	ญ	ว	ม	ล	ม	ล	ฝ	เ
ข	ก	ศ	อ	อ	น	ซ	◌์	ต	เ	ย	ซ	ญ	ม
ฉ	ร	เ	า	เ	เ	ม	ต	ร	ม	า	ภ	ภ	ต
พ	◌ั	ม	ว	ล	ป	ค	ฉ	พ	ต	ว	ท	ศ	ร
บ	ม	พ	ภ	จ	ฝ	ผ	ด	ศ	ร	ช	ณ	ญ	ศ

เซนติเมตร
องศา
ทศนิยม
กรัม
ความสูง
กิโลกรัม
กิโลเมตร
ความกว้าง
ลิตร
ความยาว
มวล
เมตร
นาที
ไบต์
ออนซ์
น้ำหนัก
นิ้ว
ความลึก
ตัน

1 - Été

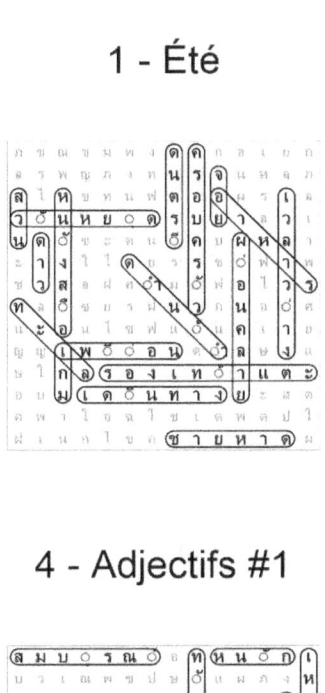

2 - Adjectifs #2

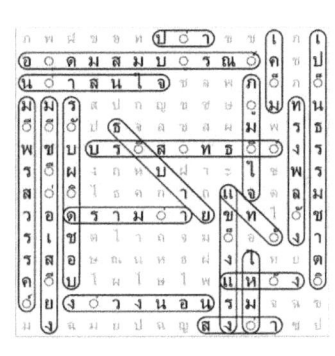

3 - Exploration

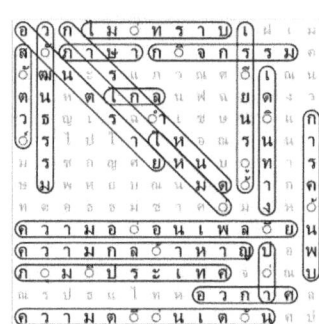

4 - Adjectifs #1

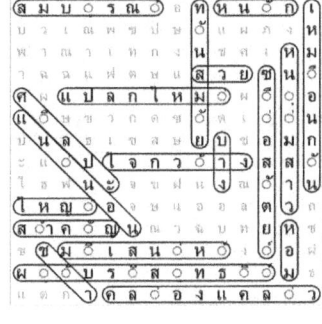

5 - Instruments de Musique

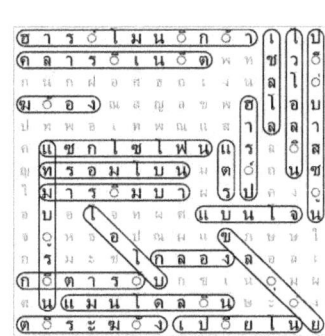
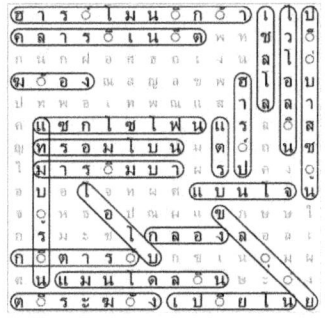

6 - Échecs

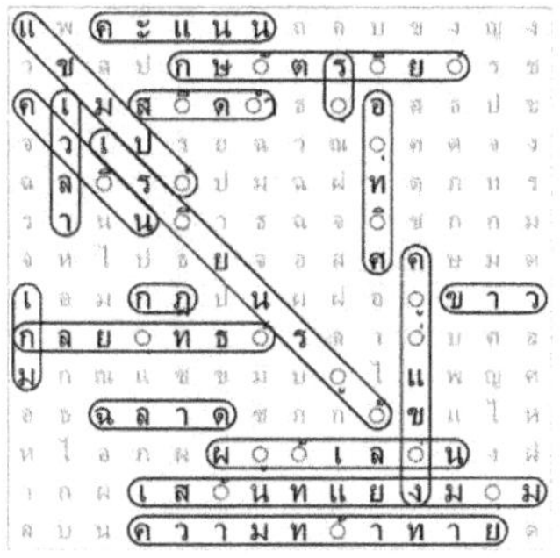

7 - Herboristerie

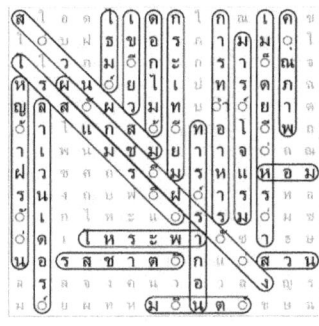

8 - Véhicules

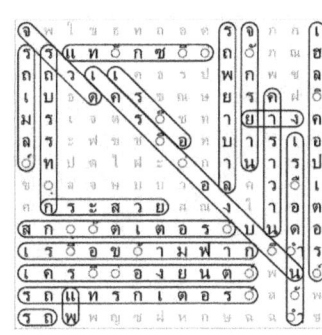
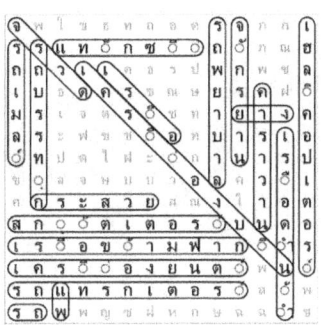

9 - Camping

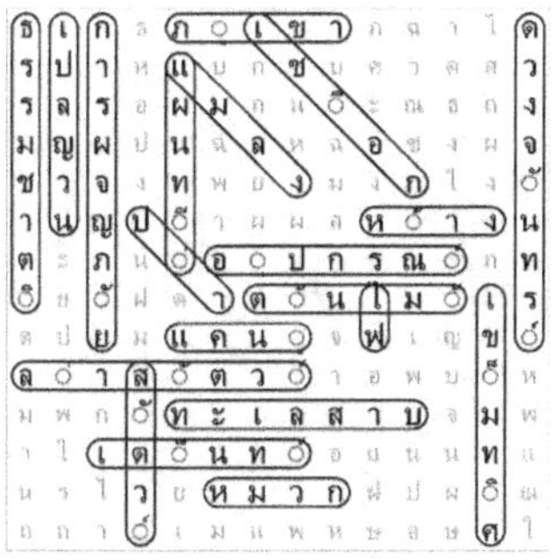

10 - Conservation

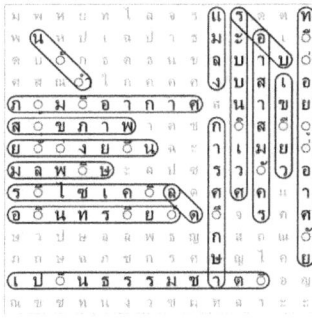

11 - Écologie

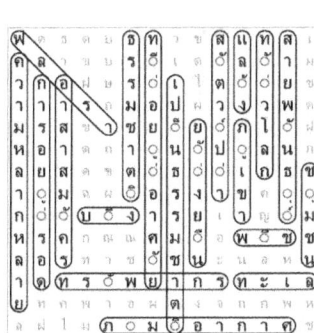
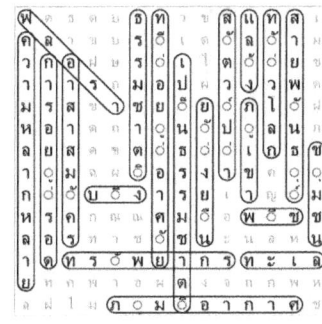

12 - Astronomie

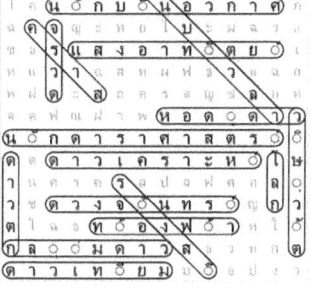

13 - Types de Cheveux

14 - Restaurant #1

15 - Mammifères

16 - Sports

17 - Chocolat

18 - Mathématiques

19 - Mythologie

20 - Restaurant #2

21 - Couleurs

22 - Avions

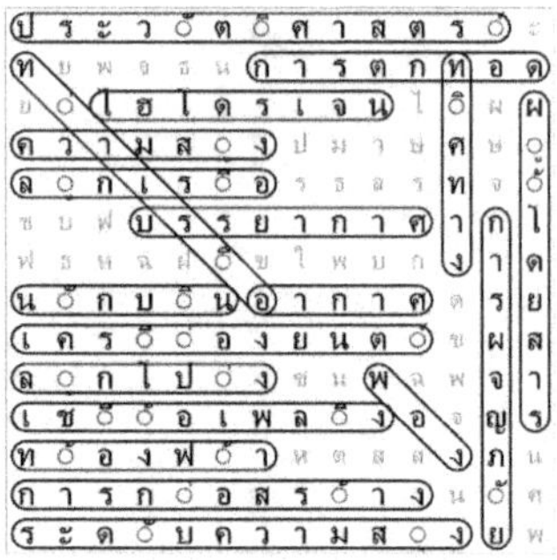

23 - Aventure

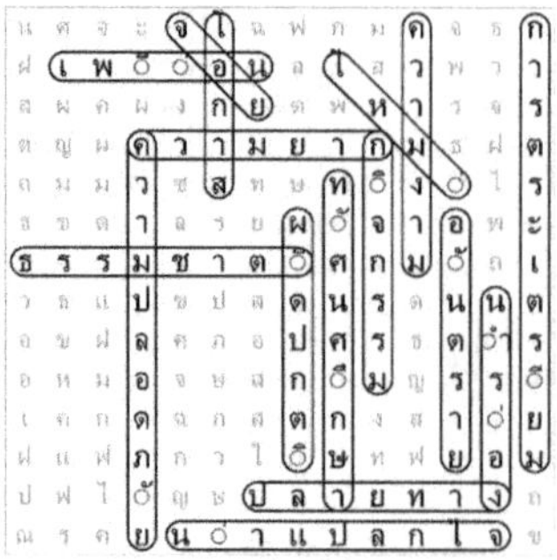

24 - Ville

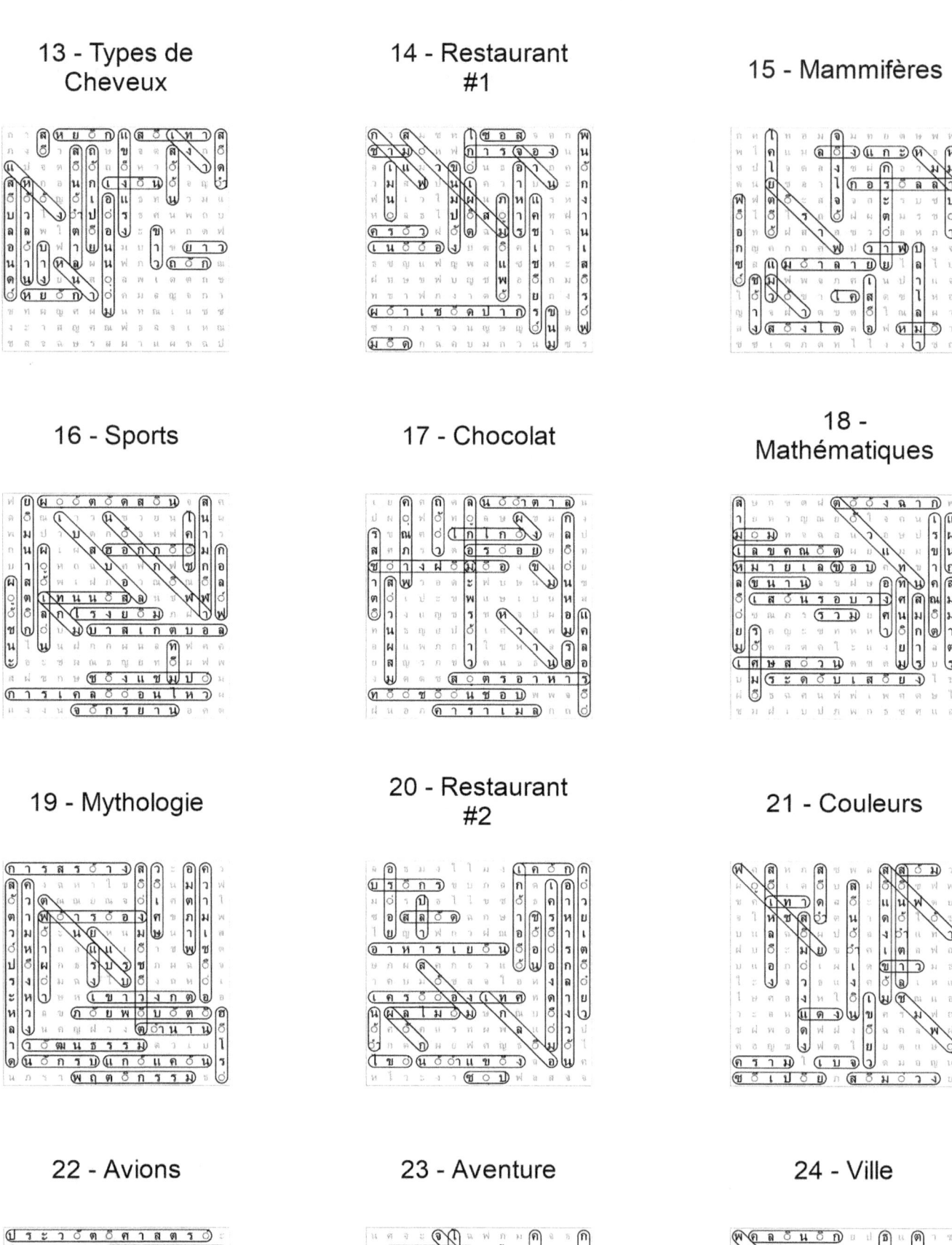

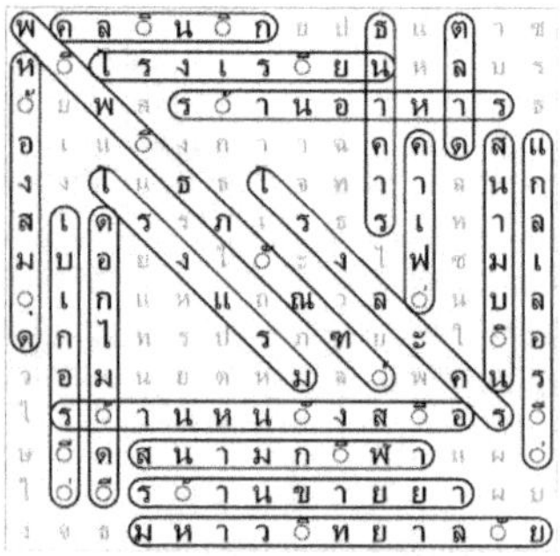

25 - Cuisine

26 - Corps Humain

27 - Épices

28 - Science

29 - Chats

30 - Vêtements

31 - Arts Visuels

32 - Méditation

33 - Littérature

34 - Nourriture #1

35 - Jours et Mois

36 - Championnat

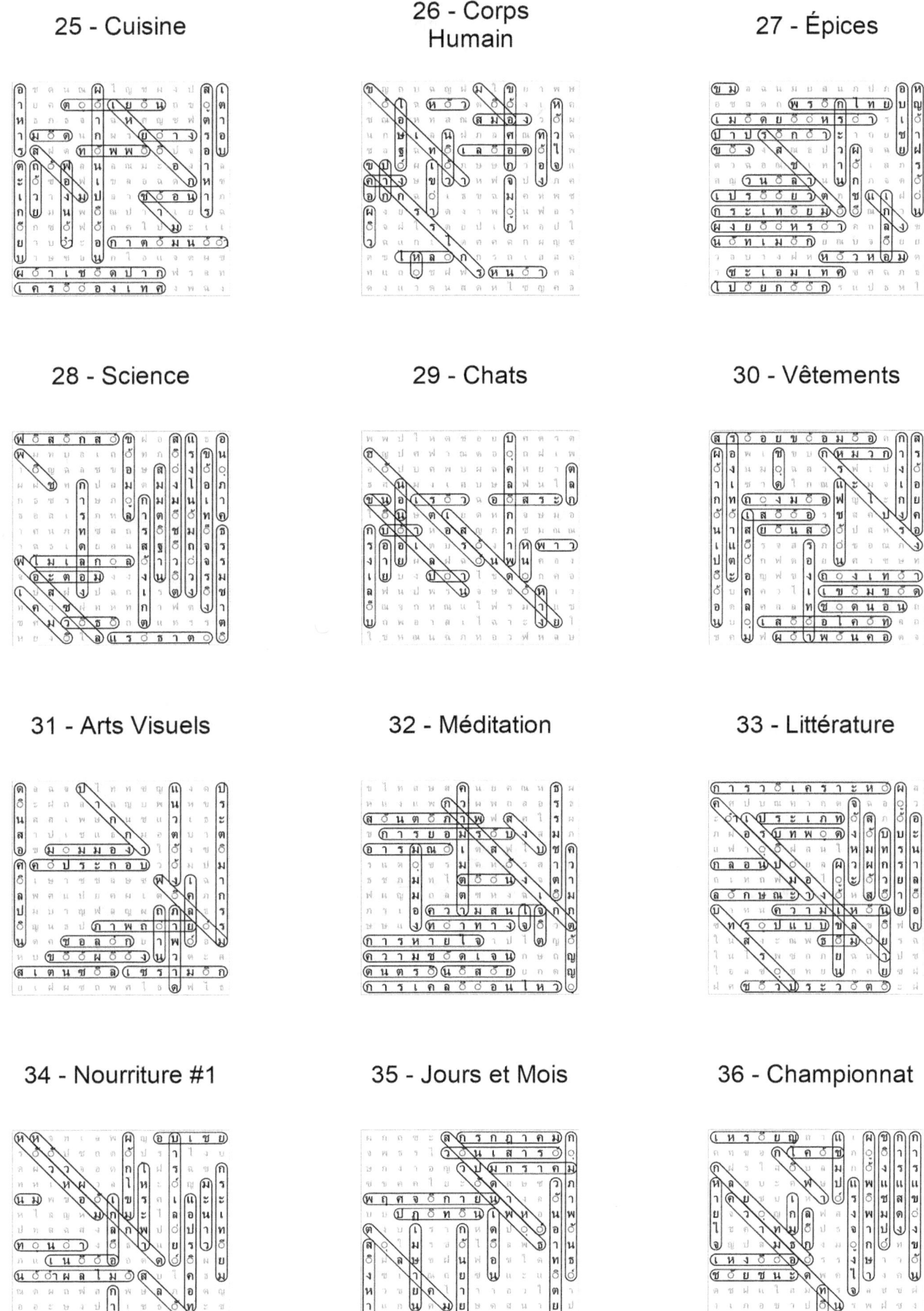

37 - Pirates

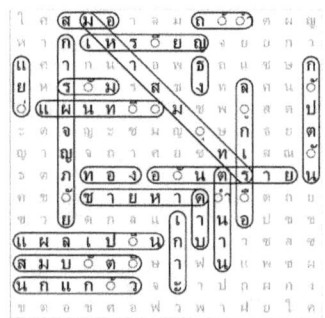

38 - Activités

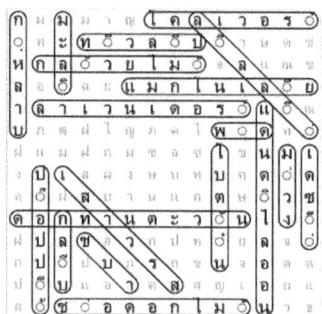

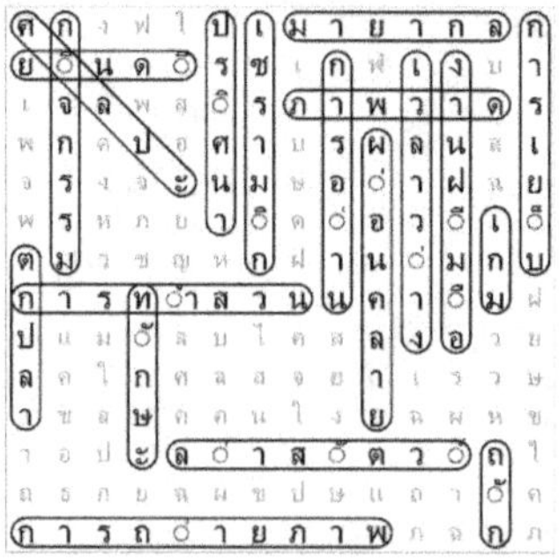

39 - Fleurs

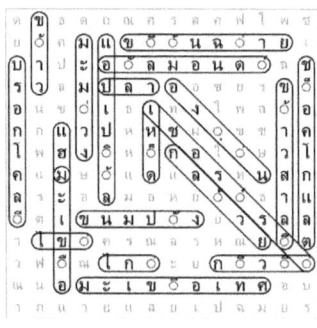

40 - Nourriture #2

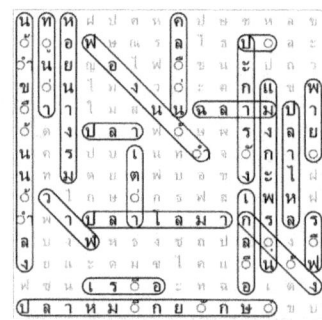

41 - Océan

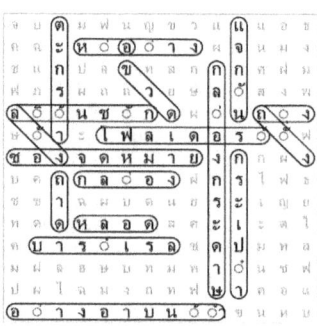

42 - Remplir

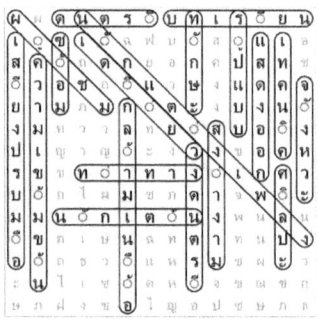

43 - Ballet

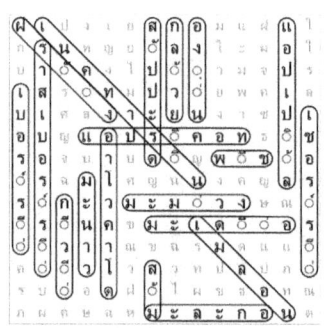

44 - Fruit

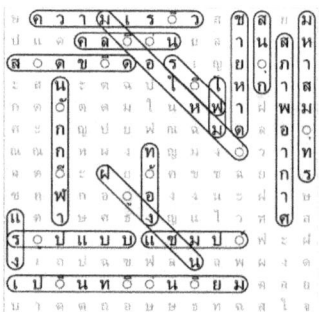

45 - Surf

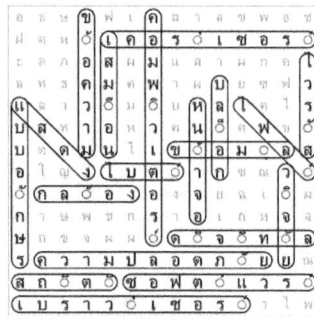

46 - Technologie

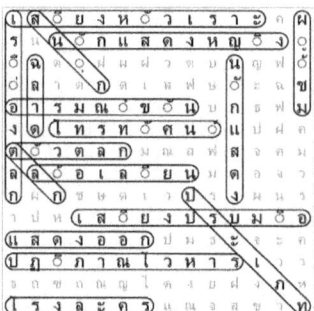

47 - Comédie

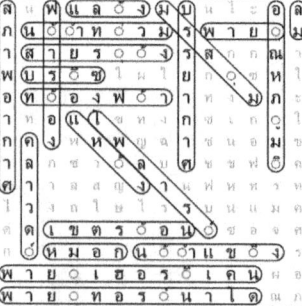

48 - Météo

49 - Châteaux

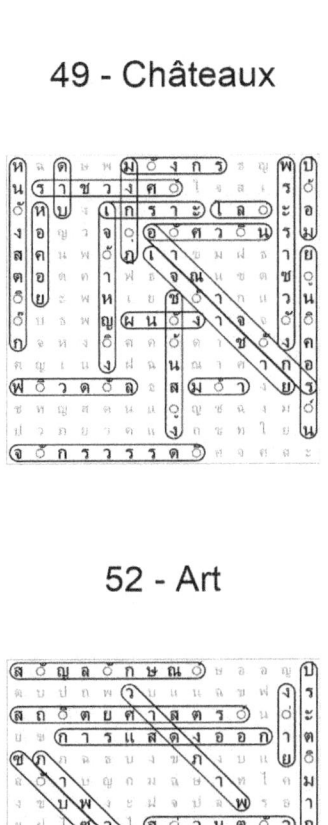

50 - Randonnée

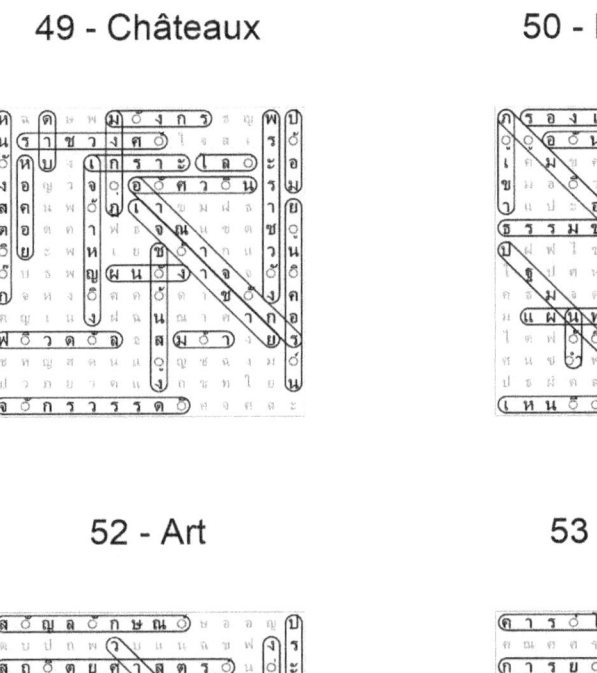

51 - Meubles

52 - Art

53 - Nutrition

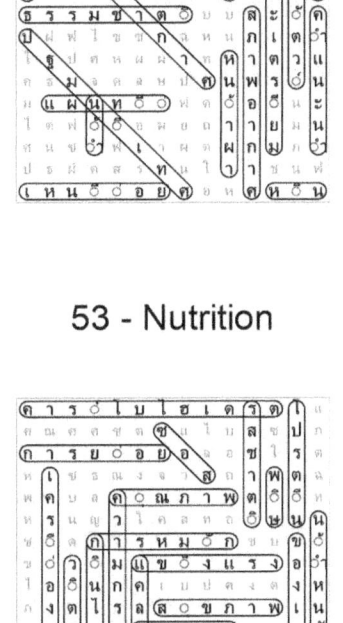

54 - Science Fiction

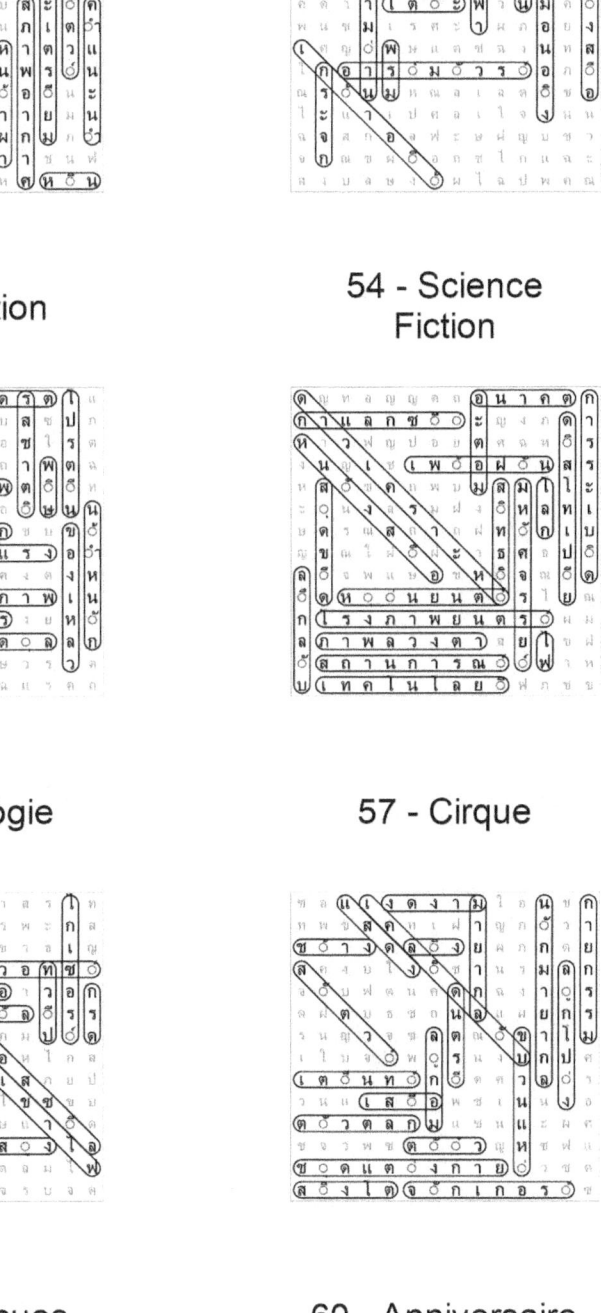

55 - Professions #1

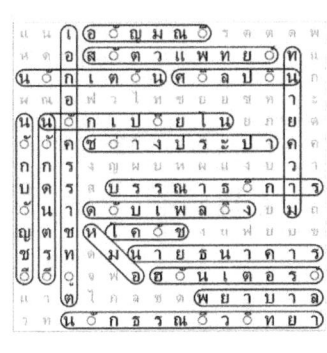

56 - Géologie

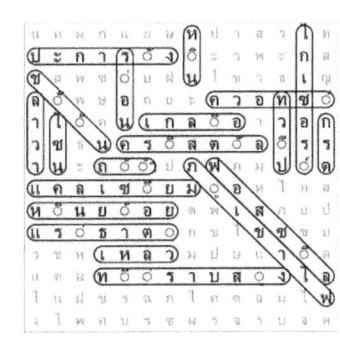

57 - Cirque

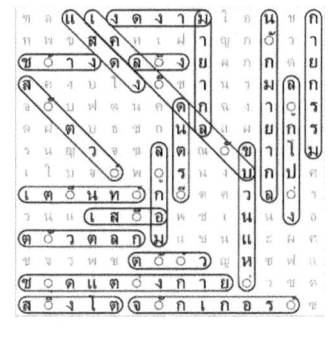

58 - Jardin

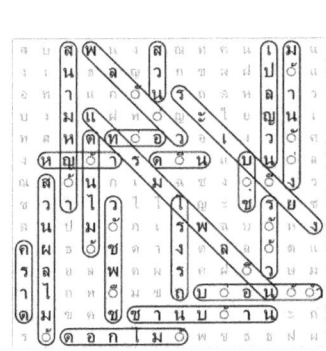

59 - Barbecues

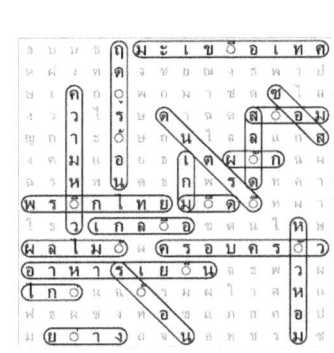

60 - Anniversaire

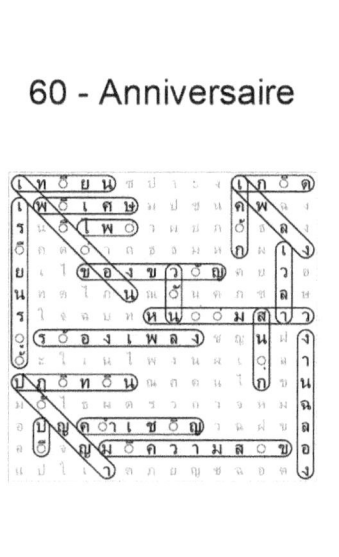

61 - Animaux de Compagnie

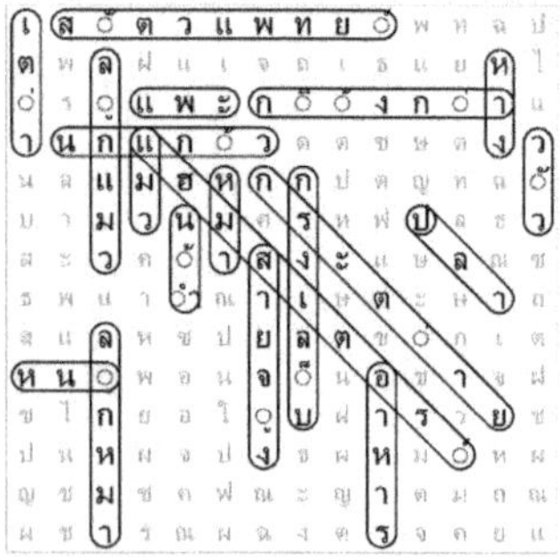

62 - Forêt Tropicale

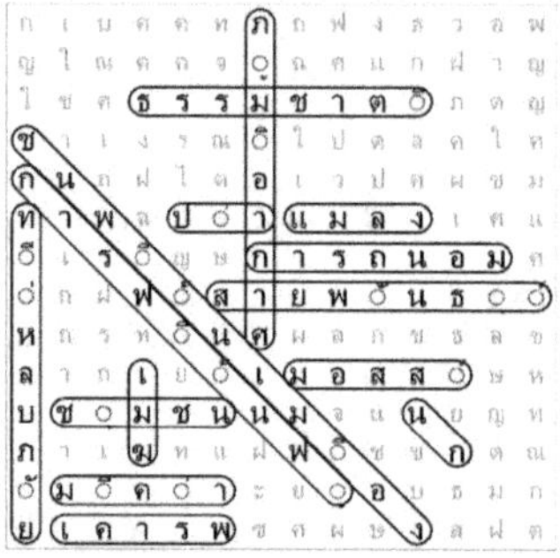

63 - Insectes

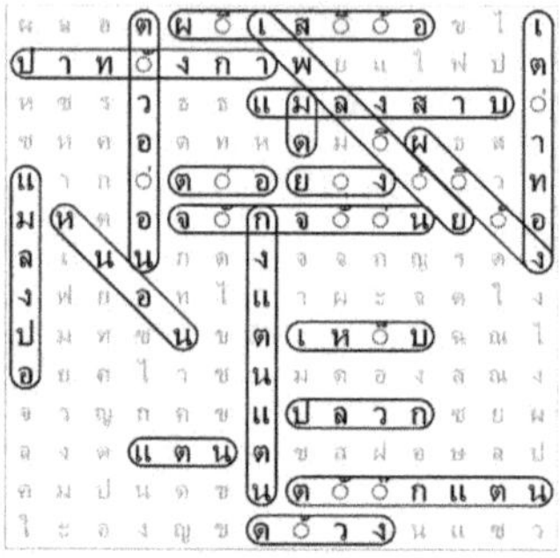

64 - Ferme #1

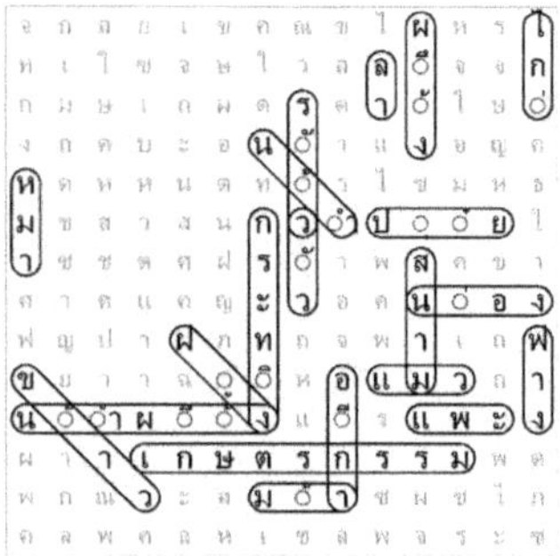

65 - Escalade

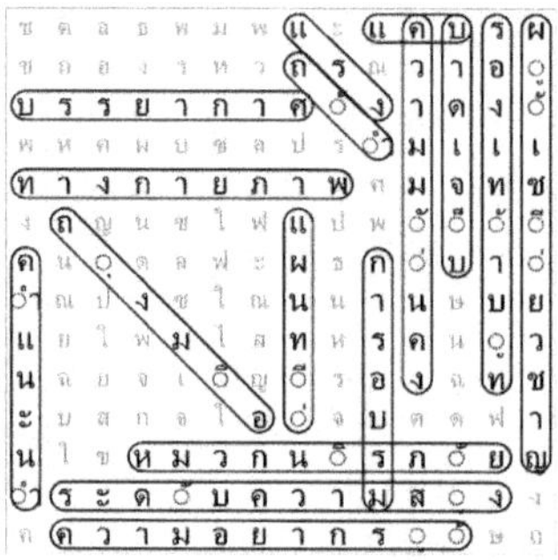

66 - École #2

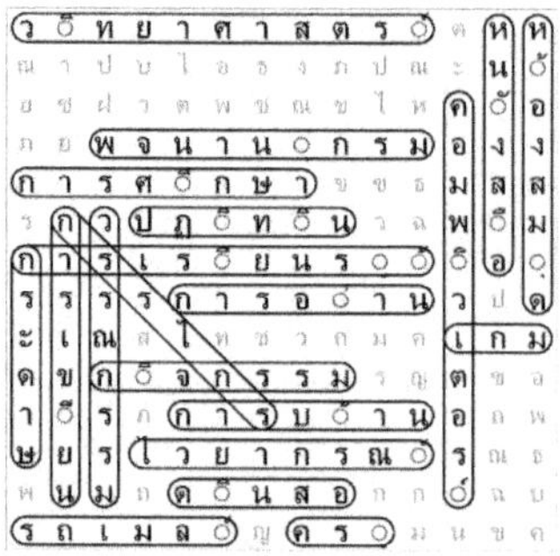

67 - Antarctique

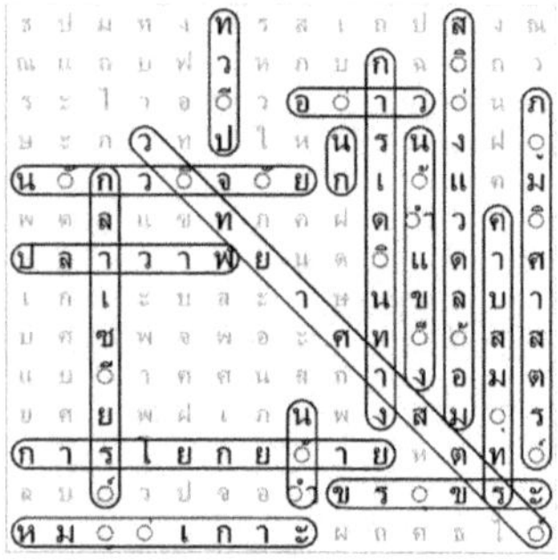

68 - Professions #2

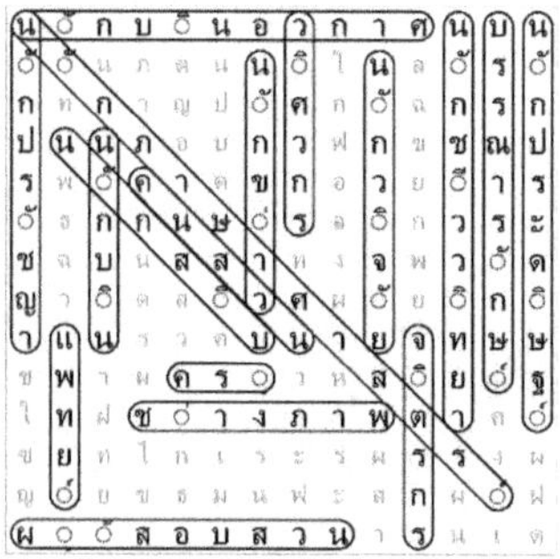

69 - Les Abeilles

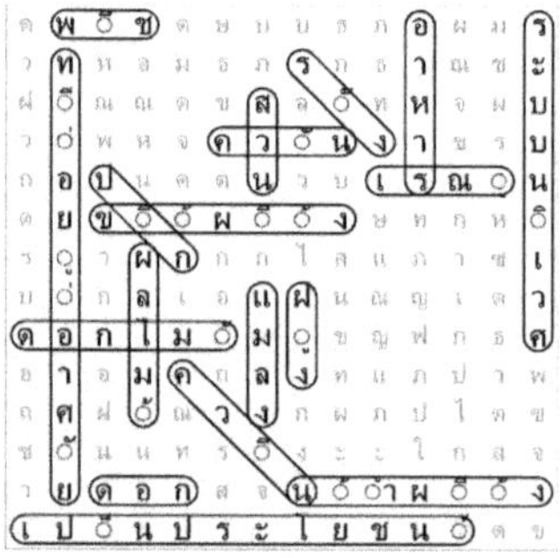

70 - Dinosaures

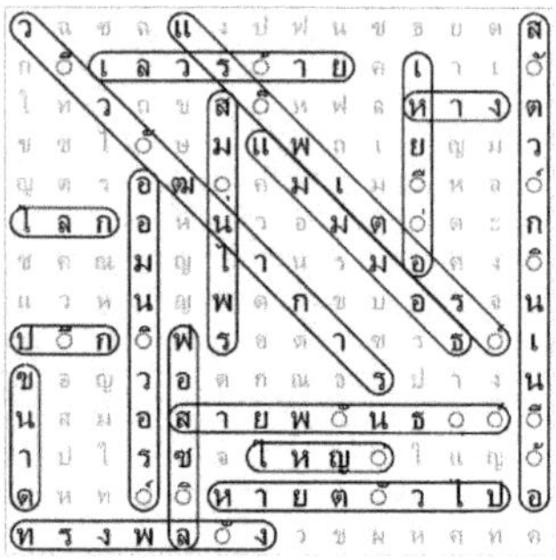

71 - Automne

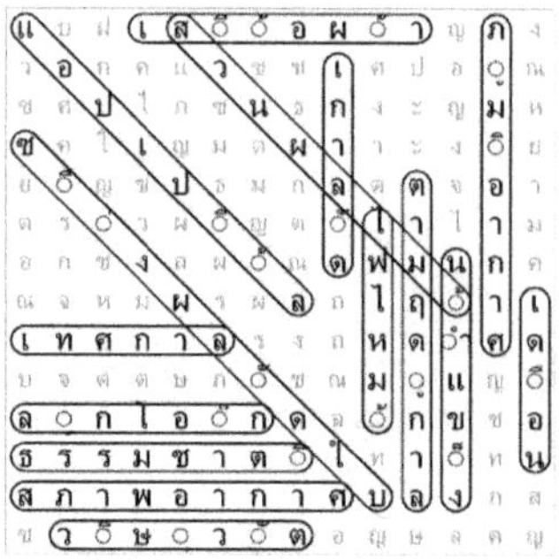

72 - Conduite

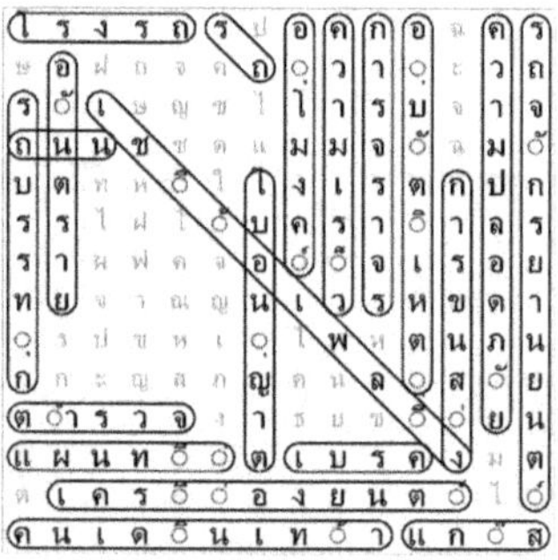

73 - Plantes

74 - Ferme #2

75 - École #1

76 - Vacances #2

77 - Outils

78 - Temps

79 - Maison

80 - Légumes

81 - Plage

82 - Famille

83 - Oiseaux

84 - Disciplines Scientifiques

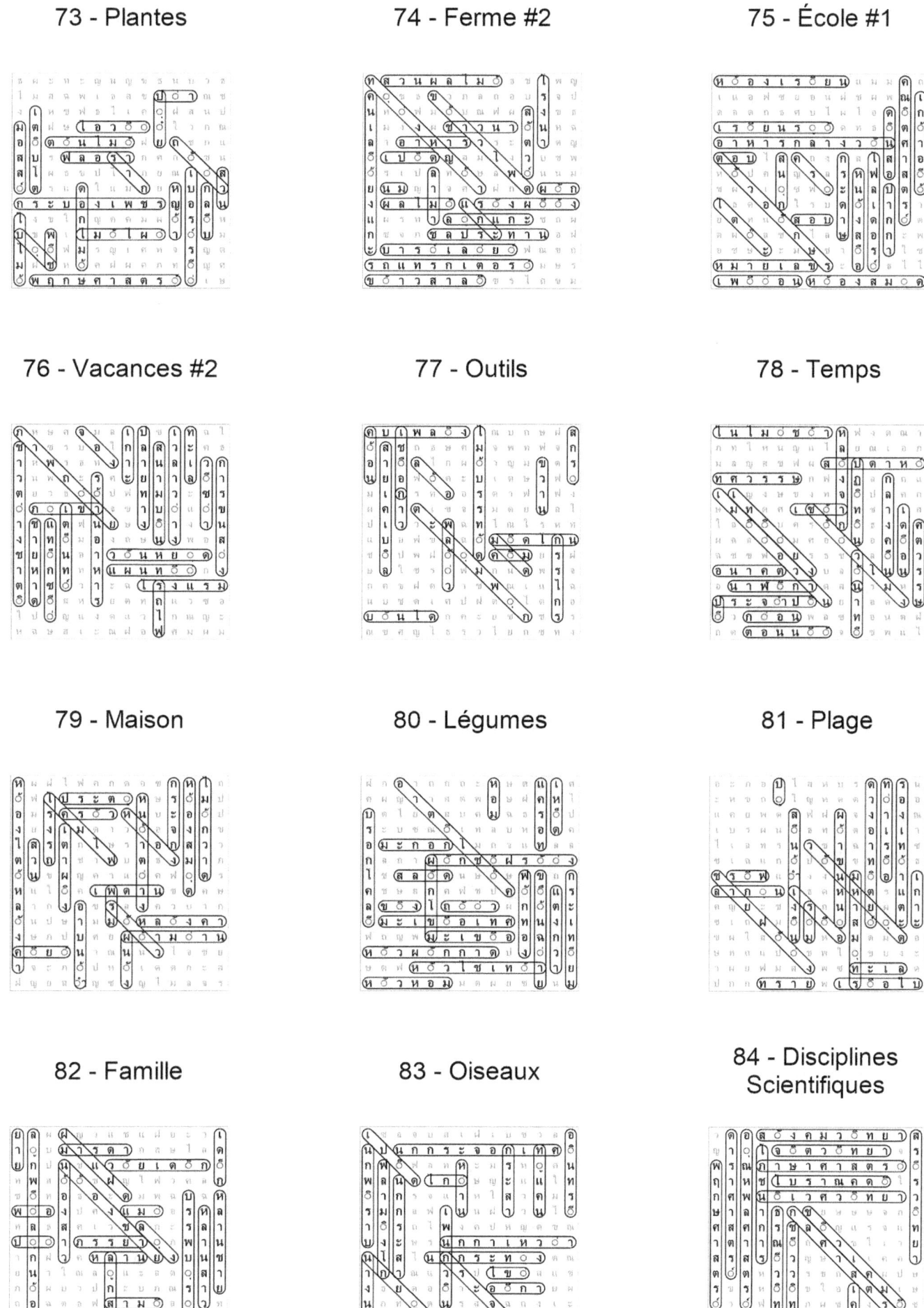

85 - Émotions

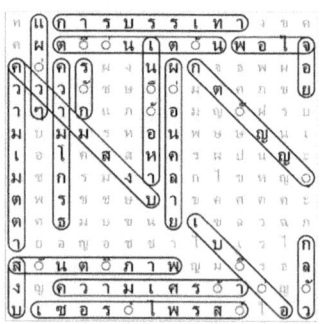

86 - Géographie

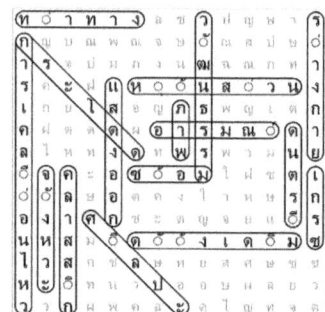

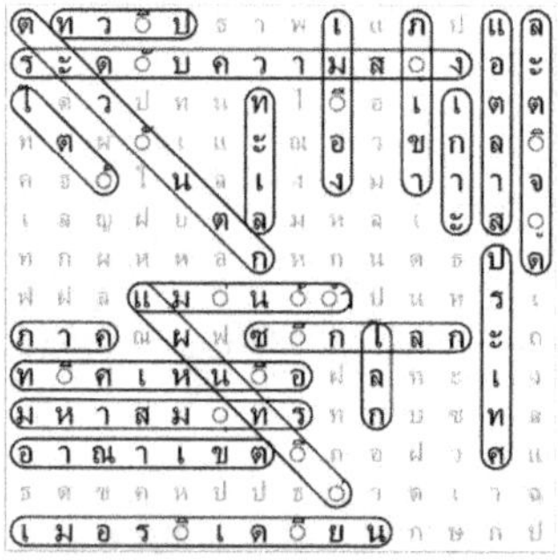

87 - Danse

88 - Bâtiments

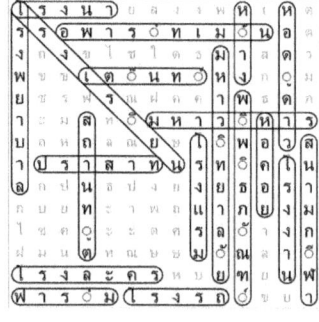

89 - Pêche

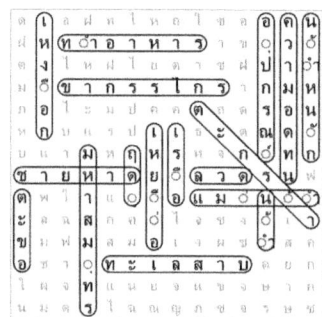

90 - Activités et Loisirs

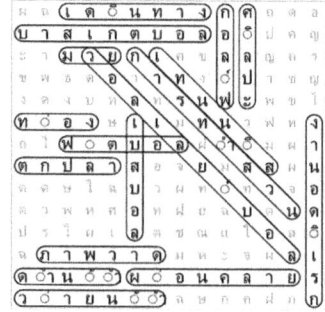

91 - Livres

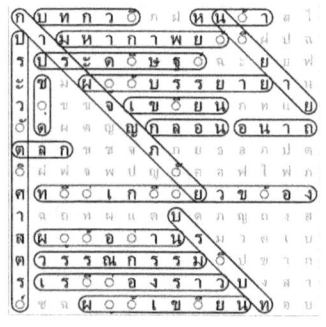

92 - Pays #2

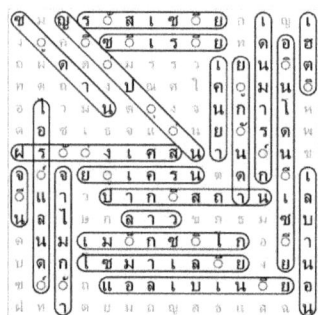

93 - Fournitures d'Art

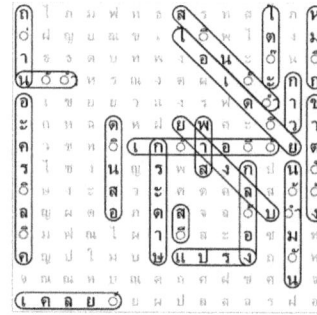

94 - Jouets

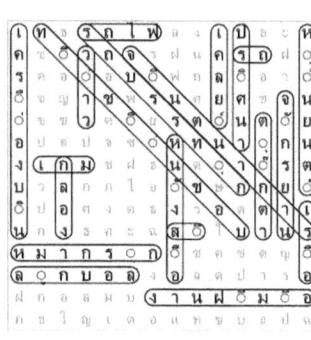

95 - Eau

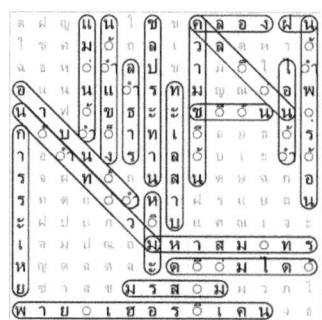

96 - Paysages

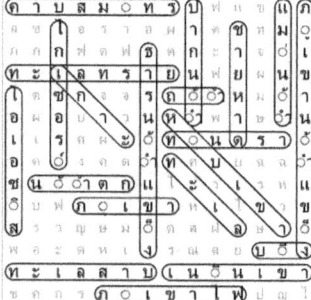

97 - Nombres

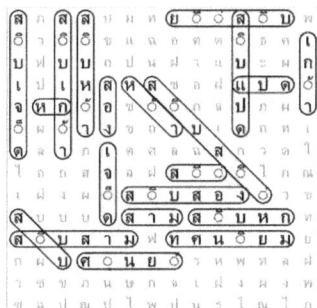

98 - Nature

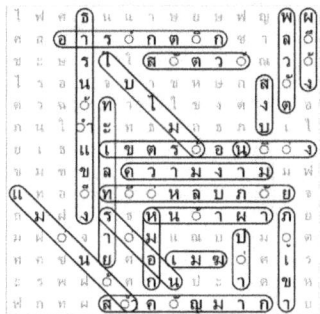

99 - Bateaux

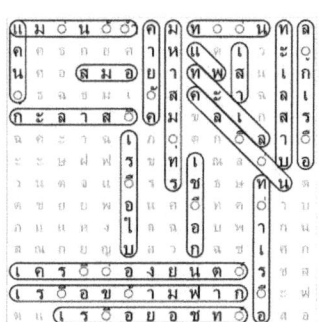

100 - Mesures

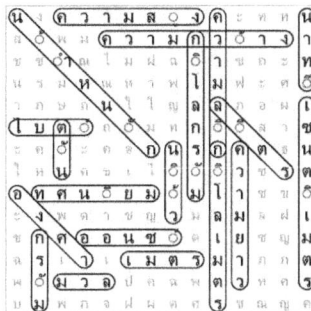

Dictionnaire

Activités
กิจกรรมต่างๆ

Activité	กิจกรรม
Art	ศิลปะ
Artisanat	งานฝีมือ
Céramique	เซรามิก
Chasse	ล่าสัตว์
Compétence	ทักษะ
Couture	การเย็บ
Jardinage	การทำสวน
Jeux	เกม
Lecture	การอ่าน
Loisir	เวลาว่าง
Magie	มายากล
Peinture	ภาพวาด
Pêche	ตกปลา
Photographie	การถ่ายภาพ
Plaisir	ยินดี
Puzzles	ปริศนา
Relaxation	ผ่อนคลาย
Tricot	ถัก

Activités et Loisirs
กิจกรรมและสันทนาการ

Art	ศิลปะ
Base-Ball	เบสบอล
Basket-Ball	บาสเกตบอล
Boxe	มวย
Football	ฟุตบอล
Golf	กอล์ฟ
Jardinage	การทำสวน
Nager	ว่ายน้ำ
Passe-Temps	งานอดิเรก
Peinture	ภาพวาด
Pêche	ตกปลา
Plongée	ดำน้ำ
Relaxant	ผ่อนคลาย
Surf	ท่อง
Tennis	เทนนิส
Volley-Ball	วอลเลย์บอล
Voyage	เดินทาง

Adjectifs #1
คำคุณศัพท์ #1

Absolu	แน่นอน
Actif	คล่องแคล่ว
Ambitieux	ทะเยอทะยาน
Aromatique	หอม
Artistique	ศิลปะ
Attractif	มีเสน่ห์
Beau	สวย
Exotique	แปลกใหม่
Énorme	ใหญ่
Généreux	ใจกว้าง
Honnête	ซื่อสัตย์
Identique	เหมือนกัน
Important	สำคัญ
Innocent	ผู้บริสุทธิ์
Jeune	หนุ่มสาว
Lent	ช้า
Lourd	หนัก
Mince	บาง
Moderne	ทันสมัย
Parfait	สมบูรณ์

Adjectifs #2
คำคุณศัพท์ #2

Authentique	แท้
Célèbre	มีชื่อเสียง
Créatif	สร้างสรรค์
Descriptif	อธิบาย
Doué	มีพรสวรรค์
Dramatique	ดราม่า
Élégant	สง่า
Fier	ภูมิใจ
Intéressant	น่าสนใจ
Naturel	เป็นธรรมชาติ
Nouveau	ใหม่
Productif	อุดมสมบูรณ์
Puissant	ทรงพลัง
Pur	บริสุทธิ์
Responsable	รับผิดชอบ
Sain	แข็งแรง
Salé	เค็ม
Sauvage	ป่า
Sec	แห้ง
Somnolent	ง่วงนอน

Animaux de Compagnie
สัตว์เลี้ยง

Chat	แมว
Chaton	ลูกแมว
Chèvre	แพะ
Chien	หมา
Chiot	ลูกหมา
Collier	ป
Eau	น้ำ
Griffes	กรงเล็บ
Hamster	แฮมสเตอร์
Laisse	สายจูง
Lapin	กระต่าย
Lézard	กิ้งก่า
Nourriture	อาหาร
Perroquet	นกแก้ว
Poisson	ปลา
Queue	หาง
Souris	หนู
Tortue	เต่า
Vache	วัว
Vétérinaire	สัตวแพทย์

Anniversaire
วันเกิด

Amis	เพื่อน
Amusement	สนุก
Année	ปี
Apprendre	เรียนรู้
Bougies	เทียน
Cadeau	ของขวัญ
Calendrier	ปฏิทิน
Cartes	ไพ่
Chanson	เพลง
Chanter	ร้องเพลง
Fête	งานฉลอง
Gâteau	เค้ก
Heureux	มีความสุข
Invitations	คำเชิญ
Jeune	หนุ่มสาว
Jour	วัน
Né	เกิด
Sagesse	ปัญญา
Spécial	พิเศษ
Temps	เวลา

Antarctique
ทวีปแอนตาร์กติกา

Baie	อ่าว
Baleines	ปลาวาฬ
Chercheur	นักวิจัย
Conservation	การอนุรักษ์
Continent	ทวีป
Eau	น้ำ
Environnement	สิ่งแวดล้อม
Expédition	การเดินทาง
Géographie	ภูมิศาสตร์
Glace	น้ำแข็ง
Glaciers	กลาเซียร์
Îles	หมู่เกาะ
Migration	การโยกย้าย
Minéraux	แร่ธาตุ
Oiseaux	นก
Péninsule	คาบสมุทร
Rocheux	ขรุขระ
Scientifique	วิทยาศาสตร์
Température	อุณหภูมิ
Topographie	ภูมิประเทศ

Art
ศิลปะ

Céramique	เซรามิค
Complexe	ซับซ้อน
Composition	ส่วนประกอบ
Créer	สร้าง
Dépeindre	วาดภาพ
Expression	การแสดงออก
Honnête	ซื่อสัตย์
Humeur	อารมณ์
Original	ต้นฉบับ
Peintures	ภาพวาด
Personnel	ส่วนตัว
Poésie	บทกวี
Sculpture	ประติมากรรม
Simple	ง่าย
Sujet	เรื่อง
Surréalisme	สถิตยศาสตร์
Symbole	สัญลักษณ์
Visuel	ภาพ

Arts Visuels
ทัศนศิลป์

Architecture	สถาปัตยกรรม
Argile	เคลย์
Artiste	ศิลปิน
Céramique	เซรามิก
Charbon	ถ่าน
Chef-D'Œuvre	ผลงานชิ้นเอก
Cire	ขี้ผึ้ง
Composition	ค์ประกอบ
Craie	ชอล์ก
Crayon	ดินสอ
Film	ฟิล์ม
Peinture	ภาพวาด
Perspective	มุมมอง
Photographie	ภาพถ่าย
Pochoir	สเตนซิล
Portrait	แนวตั้ง
Poterie	เครื่องดินเผา
Sculpture	ประติมากรรม
Stylo	ปากกา

Astronomie
ดาราศาสตร์

Astronaute	นักบินอวกาศ
Astronome	นักดาราศาสตร์
Ciel	ท้องฟ้า
Constellation	กลุ่มดาว
Éclipse	คราส
Équinoxe	วิษุวัต
Fusée	จรวด
Galaxie	กาแลกซี่
Lune	ดวงจันทร์
Météore	ดาวตก
Nébuleuse	เนบิวลา
Observatoire	หอดูดาว
Planète	ดาวเคราะห์
Radiation	รังสี
Satellite	ดาวเทียม
Solaire	แสงอาทิตย์
Supernova	ซูเปอร์โนวา
Terre	โลก
Univers	จักรวาล
Zodiaque	จักรราศี

Automne
ฤดูใบไม้ร่วง

Caduc	ซึ่งผลัดใบ
Châtaignes	เกาลัด
Climat	ภูมิอากาศ
Équinoxe	วิษุวัต
Festival	เทศกาล
Feux	ไฟไหม้
Gel	น้ำแข็ง
Gland	ลูกโอ๊ก
Météo	สภาพอากาศ
Migration	การโยกย้าย
Mois	เดือน
Nature	ธรรมชาติ
Pommes	แอปเปิ้ล
Saisonnier	ตามฤดูกาล
Verger	สวนผลไม้
Vêtements	เสื้อผ้า

Aventure
การผจญภัย

Activité	กิจกรรม
Amis	เพื่อน
Beauté	ความงาม
Bravoure	ความกล้าหาญ
Chance	โอกาส
Dangereux	อันตราย
Destination	ปลายทาง
Défis	ความท้าทาย
Difficulté	ความยาก
Excursion	ทัศนศึกษา
Inhabituel	ผิดปกติ
Joie	จอย
Nature	ธรรมชาติ
Navigation	นำร่อง
Nouveau	ใหม่
Préparation	การตระเตรียม
Sécurité	ความปลอดภัย
Surprenant	น่าแปลกใจ
Voyages	การเดินทาง

Avions
เครื่องบิน

Air	อากาศ
Altitude	ระดับความสูง
Atmosphère	บรรยากาศ
Atterrissage	ท่าเรือ
Aventure	การผจญภัย
Ballon	ลูกโป่ง
Carburant	เชื้อเพลิง
Ciel	ท้องฟ้า
Construction	การก่อสร้าง
Descente	การตกทอด
Direction	ทิศทาง
Équipage	ลูกเรือ
Gonfler	พอง
Hauteur	ความสูง
Histoire	ประวัติศาสตร์
Hydrogène	ไฮโดรเจน
Moteur	เครื่องยนต์
Passager	ผู้โดยสาร
Pilote	นักบิน
Turbulence	ความปั่นป่วน

Ballet
บัลเล่ต์

Applaudissement	เสียงปรบมือ
Artistique	ศิลปะ
Compétence	ทักษะ
Compositeur	นักแต่งเพลง
Danseurs	นักเต้น
Expressif	แสดงออก
Geste	ท่าทาง
Gracieux	สง่างาม
Intensité	ความเข้มข้น
Leçons	บทเรียน
Muscles	กล้ามเนื้อ
Musique	ดนตรี
Orchestre	วงดนตรี
Public	ผู้ชม
Répétition	ซ้อม
Rythme	จังหวะ
Solo	เดี่ยว
Style	รูปแบบ
Technique	เทคนิค

Barbecues
บาร์บีคิว

Chaud	ร้อน
Couteaux	มีด
Déjeuner	อาหารกลางวัน
Dîner	อาหารเย็น
Été	ฤดูร้อน
Faim	ความหิว
Famille	ครอบครัว
Fourchettes	ส้อม
Fruit	ผลไม้
Gril	ย่าง
Jeux	เกม
Légumes	ผัก
Musique	ดนตรี
Oignons	หัวหอม
Poivre	พริกไทย
Poulet	ไก่
Salades	สลัด
Sauce	ซอส
Sel	เกลือ
Tomates	มะเขือเทศ

Bateaux
เรือ

Ancre	สมอ
Bouée	ทุ่น
Canoë	แคนู
Corde	เชือก
Dock	ท่าเรือ
Équipage	ลูกเรือ
Ferry	เรือข้ามฟาก
Fleuve	แม่น้ำ
Kayak	คายัค
Lac	ทะเลสาบ
Marin	กะลาสี
Mât	เสา
Mer	ทะเล
Moteur	เครื่องยนต์
Océan	มหาสมุทร
Radeau	แพ
Vagues	คลื่น
Voilier	เรือใบ
Yacht	เรือยอชท์

Bâtiments
สิ่งปลูกสร้าง

Ambassade	สถานทูต
Appartement	อพาร์ทเม้น
Cabine	ห้าง
Cathédrale	มหาวิหาร
Château	ปราสาท
Cinéma	โรงภาพยนตร์
École	โรงเรียน
Ferme	ฟาร์ม
Garage	โรงรถ
Grange	โรงนา
Hôpital	โรงพยาบาล
Hôtel	โรงแรม
Musée	พิพิธภัณฑ์
Observatoire	หอดูดาว
Stade	สนามกีฬา
Tente	เต็นท์
Théâtre	โรงละคร
Tour	หอคอย
Université	มหาวิทยาลัย
Usine	โรงงาน

Camping
ค่ายพักแรม

Animaux	สัตว์
Arbres	ต้นไม้
Aventure	การผจญภัย
Boussole	เข็มทิศ
Cabine	ห้าง
Canoë	แคนู
Carte	แผนที่
Chapeau	หมวก
Chasse	ล่าสัตว์
Corde	เชือก
Équipement	อุปกรณ์
Feu	ไฟ
Forêt	ป่า
Hamac	เปลญวน
Insecte	แมลง
Lac	ทะเลสาบ
Lune	ดวงจันทร์
Montagne	ภูเขา
Nature	ธรรมชาติ
Tente	เต็นท์

Championnat
การแข่งขันชิงแชมป์

Champion	แชมป์
Championnat	ชิงแชมป์
Endurance	ความอดทน
Entraîneur	โค้ช
Équipe	ทีม
Jeux	เกม
Juge	ผู้พิพากษา
Ligue	ลีก
Médaille	เหรียญ
Motivation	แรงจูงใจ
Performance	การแสดง
Respirer	หายใจ
Sports	กีฬา
Stratégie	กลยุทธ์
Tournoi	การแข่งขัน
Transpiration	เหงื่อ
Victoire	ชัยชนะ

Chats
แมว

Chasseur	ฮันเตอร์
Dormir	นอน
Drôle	ตลก
Espiègle	ขี้เล่น
Fil	เส้นด้าย
Fou	บ้า
Fourrure	ขน
Griffe	กรงเล็บ
Indépendant	อิสระ
Patte	พาว
Personnalité	บุคลิกภาพ
Peu	น้อย
Queue	หาง
Rapide	เร็ว
Sauvage	ป่า
Souris	หนู
Timide	อาย

Châteaux
ปราสาท

Armure	เกราะ
Bouclier	โล่
Catapulte	หนังสติ๊ก
Cheval	ม้า
Chevalier	อัศวิน
Couronne	มงกุฎ
Dragon	มังกร
Dynastie	ราชวงศ์
Empire	จักรวรรดิ
Épée	ดาบ
Féodal	ฟิวดัล
Forteresse	ป้อม
Licorne	ยูนิคอร์น
Mur	ผนัง
Noble	ชั้นสูง
Palais	พระราชวัง
Prince	เจ้าชาย
Princesse	เจ้าหญิง
Royaume	อาณาจักร
Tour	หอคอย

Chocolat
ช็อกโกแลต

Amer	ขม
Arôme	กลิ่นหอม
Artisanal	ช่างฝีมือ
Bonbon	ลูกอม
Cacahuètes	ถั่ว
Cacao	โกโก้
Calories	แคลอรี่
Caramel	คาราเมล
Délicieux	อร่อย
Doux	หวาน
Exotique	แปลกใหม่
Favori	ที่ชื่นชอบ
Goût	รส
Ingrédient	ส่วนผสม
Noix de Coco	มะพร้าว
Poudre	ผง
Qualité	คุณภาพ
Recette	สูตรอาหาร
Saveur	รสชาติ
Sucre	น้ำตาล

Cirque
ละครสัตว์

Acrobate	กายกรรม
Animaux	สัตว์
Astuce	เคล็ดลับ
Ballons	ลูกโป่ง
Billet	ตั๋ว
Bonbon	ลูกอม
Clown	ตัวตลก
Costume	ชุดแต่งกาย
Éléphant	ช้าง
Jongleur	จักเกอร์
Lion	สิงโต
Magicien	นักมายากล
Magie	มายากล
Montrer	แสดง
Musique	ดนตรี
Parade	ขบวนแห่
Singe	ลิง
Spectaculaire	งดงาม
Tente	เต็นท์
Tigre	เสือ

Comédie
ตลก

Acteur	นักแสดง
Actrice	นักแสดงหญิง
Amusement	สนุก
Applaudissement	เสียงปรบมือ
Blagues	เรื่องตลก
Clowns	ตัวตลก
Drôle	ตลก
Expressif	แสดงออก
Genre	ประเภท
Humour	อารมณ์ขัน
Improvisation	ปฏิภาณโวหาร
Intelligent	ฉลาด
Parodie	ล้อเลียน
Public	ผู้ชม
Rire	เสียงหัวเราะ
Télévision	โทรทัศน์
Théâtre	โรงละคร

Conduite
การขับรถ

Accident	อุบัติเหตุ
Camion	รถบรรทุก
Carburant	เชื้อเพลิง
Carte	แผนที่
Danger	อันตราย
Freins	เบรค
Garage	โรงรถ
Gaz	แก๊ส
Licence	ใบอนุญาต
Moteur	เครื่องยนต์
Moto	รถจักรยานยนต์
Piéton	คนเดินเท้า
Police	ตำรวจ
Route	ถนน
Sécurité	ความปลอดภัย
Trafic	การจราจร
Transport	การขนส่ง
Tunnel	อุโมงค์
Vitesse	ความเร็ว
Voiture	รถ

Conservation
อนุรักษ์

Bénévole	อาสาสมัคร
Climat	ภูมิอากาศ
Cycle	รอบ
Durable	ยั่งยืน
Eau	น้ำ
Écosystème	ระบบนิเวศ
Éducation	การศึกษา
Habitat	ที่อยู่อาศัย
Naturel	เป็นธรรมชาติ
Organique	อินทรีย์
Pesticide	แมลง
Pollution	มลพิษ
Recycler	รีไซเคิล
Réduire	ลด
Santé	สุขภาพ
Vert	เขียว

Corps Humain
ร่างกายมนุษย์

Bouche	ปาก
Cerveau	สมอง
Cheville	ข้อเท้า
Cou	คอ
Coude	ข้อศอก
Cœur	หัวใจ
Doigt	นิ้ว
Estomac	ท้อง
Épaule	ไหล่
Genou	เข่า
Lèvres	โอษฐ์
Main	มือ
Mâchoire	ขากรรไกร
Menton	คาง
Nez	จมูก
Oreille	หู
Peau	ผิว
Sang	เลือด
Tête	หัว
Visage	หน้า

Couleurs
สีสัน

Beige	เบจ
Blanc	ขาว
Bleu	สีน้ำเงิน
Cramoisi	สีแดงเข้ม
Cyan	สีฟ้า
Fuchsia	ฟูเซีย
Gris	เทา
Indigo	คราม
Jaune	สีเหลือง
Magenta	สีม่วงแดง
Marron	สีน้ำตาล
Noir	สีดำ
Orange	ส้ม
Rose	ชมพู
Rouge	แดง
Sépia	ซีเปีย
Vert	เขียว
Violet	สีม่วง

Cuisine
ห้องครัว

Baguettes	ตะเกียบ
Bol	ชาม
Bouilloire	กาต้มน้ำ
Couteaux	มีด
Cruche	เหยือก
Cuillères	ช้อน
Épices	เครื่องเทศ
Éponge	ฟองน้ำ
Four	เตาอบ
Fourchettes	ส้อม
Gril	ย่าง
Louche	ทัพพี
Nourriture	อาหาร
Recette	สูตรอาหาร
Réfrigérateur	ตู้เย็น
Serviette	ผ้าเช็ดปาก
Tablier	ผ้ากันเปื้อน
Tasses	ถ้วย

Danse
เต้นรำ

Art	ศิลปะ
Classique	คลาสสิก
Corps	ร่างกาย
Culture	วัฒนธรรม
Expressif	แสดงออก
Émotion	อารมณ์
Grâce	เกรซ
Mouvement	การเคลื่อนไหว
Musique	ดนตรี
Partenaire	หุ้นส่วน
Posture	ท่าทาง
Répétition	ซ้อม
Rythme	จังหวะ
Saut	กระโดด
Traditionnel	ดั้งเดิม
Visuel	ภาพ

Dinosaures
ไดโนเสาร์

Ailes	ปีก
Carnivore	สัตว์กินเนื้อ
Disparition	หายตัวไป
Espèce	สายพันธุ์
Évolution	วิวัฒนาการ
Fossiles	ฟอสซิล
Grand	ใหญ่
Herbivore	สมุนไพร
Mammouth	แมมมอธ
Omnivore	ออมนิวอร์
Proie	เหยื่อ
Puissant	ทรงพลัง
Queue	หาง
Rapace	แร็พเตอร์
Taille	ขนาด
Terre	โลก
Vicieux	เลวร้าย

Disciplines Scientifiques
สาขาวิชาวิทยาศาสตร์

Archéologie	โบราณคดี
Astronomie	ดาราศาสตร์
Biochimie	ชีวเคมี
Biologie	ชีววิทยา
Botanique	พฤกษศาสตร์
Chimie	เคมี
Écologie	นิเวศวิทยา
Géologie	ธรณีวิทยา
Linguistique	ภาษาศาสตร์
Mécanique	กลศาสตร์
Météorologie	อุตุนิยมวิทยา
Minéralogie	แร่วิทยา
Neurologie	ประสาทวิทยา
Nutrition	โภชนาการ
Physiologie	สรีรวิทยา
Psychologie	จิตวิทยา
Robotique	หุ่นยนต์
Sociologie	สังคมวิทยา
Thermodynamique	อุณหพลศาสตร์
Zoologie	สัตววิทยา

Eau
น้ำ

Canal	คลอง
Douche	อาบน้ำ
Évaporation	การระเหย
Fleuve	แม่น้ำ
Flux	ลำธาร
Geyser	น้ำพุร้อน
Glace	น้ำแข็ง
Humide	ชื้น
Humidité	ความชื้น
Inondation	น้ำท่วม
Irrigation	ชลประทาน
Lac	ทะเลสาบ
Mousson	มรสุม
Neige	หิมะ
Océan	มหาสมุทร
Ouragan	พายุเฮอริเคน
Pluie	ฝน
Potable	ดื่มได้
Vagues	คลื่น
Vapeur	ไอน้ำ

Escalade
ปีนเขา

Altitude	ระดับความสูง
Atmosphère	บรรยากาศ
Blessure	บาดเจ็บ
Bottes	รองเท้าบูท
Carte	แผนที่
Casque	หมวกนิรภัย
Curiosité	ความอยากรู้
Défis	ความท้าทาย
Expert	ผู้เชี่ยวชาญ
Étroit	แคบ
Force	แรง
Formation	การอบรม
Gants	ถุงมือ
Grotte	ถ้ำ
Guides	คำแนะนำ
Physique	ทางกายภาพ
Stabilité	ความมั่นคง
Terrain	ภูมิประเทศ

Exploration
การสำรวจ

Activité	กิจกรรม
Animaux	สัตว์
Apprendre	เรียนรู้
Courage	ความกล้าหาญ
Cultures	วัฒนธรรม
Dangers	อันตราย
Découverte	การค้นพบ
Détermination	การกำหนด
Espace	อวกาศ
Excitation	ความตื่นเต้น
Épuisement	ความอ่อนเพลีย
Inconnu	ไม่ทราบ
Langue	ภาษา
Lointain	ไกล
Nouveau	ใหม่
Sauvage	ป่า
Terrain	ภูมิประเทศ
Voyage	เดินทาง

Échecs
หมากรุก

Adversaire	คู่แข่ง
Apprendre	เรียนรู้
Blanc	ขาว
Champion	แชมป์
Défis	ความท้าทาย
Diagonal	เส้นทแยงมุม
Intelligent	ฉลาด
Jeu	เกม
Joueur	ผู้เล่น
Noir	สีดำ
Passif	รู
Points	คะแนน
Reine	ควีน
Règles	กฎ
Roi	กษัตริย์
Sacrifice	อุทิศ
Stratégie	กลยุทธ์
Temps	เวลา
Tournoi	การแข่งขัน

École #1
โรงเรียน #1

Alphabet	ตัวอักษร
Amis	เพื่อน
Amusement	สนุก
Apprendre	เรียนรู้
Bibliothèque	ห้องสมุด
Bureau	โต๊ะ
Chaise	เก้าอี้
Crayon	ดินสอ
Des Stylos	ปากกา
Déjeuner	อาหารกลางวัน
Dossiers	โฟลเดอร์
Enseignant	ครู
Examens	สอบ
Livres	หนังสือ
Math	คณิตศาสตร์
Nombres	หมายเลข
Papier	กระดาษ
Réponses	ตอบ
Salle de Classe	ห้องเรียน

École #2
โรงเรียน #2

Activités	กิจกรรม
Apprentissage	การเรียนรู้
Bibliothèque	ห้องสมุด
Bus	รถเมล์
Calendrier	ปฏิทิน
Ciseaux	กรรไกร
Crayon	ดินสอ
Devoirs	การบ้าน
Dictionnaire	พจนานุกรม
Enseignant	ครู
Écriture	การเขียน
Éducation	การศึกษา
Grammaire	ไวยากรณ์
Jeux	เกม
Lecture	การอ่าน
Littérature	วรรณกรรม
Livres	หนังสือ
Ordinateur	คอมพิวเตอร์
Papier	กระดาษ
Science	วิทยาศาสตร์

Écologie
นิเวศวิทยา

Bénévoles	อาสาสมัคร
Climat	ภูมิอากาศ
Communautés	ชุมชน
Diversité	ความหลากหลาย
Durable	ยั่งยืน
Espèce	สายพันธุ์
Faune	สัตว์ป่า
Flore	ฟลอรา
Global	ทั่วโลก
Habitat	ที่อยู่อาศัย
Marais	บึง
Marin	ทะเล
Montagnes	ภูเขา
Nature	ธรรมชาติ
Naturel	เป็นธรรมชาติ
Ressources	ทรัพยากร
Sécheresse	แล้ง
Survie	การอยู่รอด
Végétation	พืช

Émotions
อารมณ์ความรู้สึก

Amour	รัก
Calme	สงบ
Colère	ความโกรธ
Contenu	เนื้อหา
Détendu	ผ่อนคลาย
Ennui	เบื่อ
Excité	ตื่นเต้น
Gentillesse	ความเมตตา
Joie	จอย
Paix	สันติภาพ
Peur	กลัว
Reconnaissant	กตัญญู
Relief	การบรรเทา
Satisfait	พอใจ
Surprise	เซอร์ไพรส์
Tendresse	แผ่วๆ
Tranquillité	ความสงบ
Tristesse	ความเศร้า

Épices
เครื่องเทศ

Aigre	เปรี้ยว
Ail	กระเทียม
Amer	ขม
Anis	โป๊ยกั๊ก
Cannelle	อบเชย
Cardamome	กระวาน
Coriandre	ผักชี
Cumin	ผงยี่หร่า
Curry	แกง
Fenouil	เม็ดยี่หร่า
Gingembre	ขิง
Muscade	นัทเม็ก
Oignon	หัวหอม
Paprika	ปาปริก้า
Poivre	พริกไทย
Réglisse	ชะเอมเทศ
Safran	หญ้าฝรั่น
Saveur	รสชาติ
Sel	เกลือ
Vanille	วนิลา

Été
ฤดูร้อน

Amis	เพื่อน
Étoiles	ดาว
Famille	ครอบครัว
Jardin	สวน
Jeux	เกม
Joie	จอย
Livres	หนังสือ
Loisir	เวลาว่าง
Mer	ทะเล
Musique	ดนตรี
Nourriture	อาหาร
Plage	ชายหาด
Plongée	ดำน้ำ
Relaxation	ผ่อนคลาย
Sandales	รองเท้าแตะ
Vacances	วันหยุด
Voyage	เดินทาง

Famille
ครอบครัว

Ancêtre	บรรพบุรุษ
Cousin	ลูกพี่ลูกน้อง
Enfance	วัยเด็ก
Enfant	เด็ก
Femme	ภรรยา
Fille	ลูกสาว
Frère	น้องชาย
Grand-Mère	ยาย
Grand-Père	ปู่
Jumeaux	ฝาแฝด
Mari	สามี
Maternel	มารดา
Mère	แม่
Neveu	หลานชาย
Nièce	หลานสาว
Oncle	ลุง
Paternel	พ่อ
Petit-Enfant	หลาน
Soeur	น้องสาว
Tante	ป้า

Ferme #1
ฟาร์ม #1

Abeille	ผึ้ง
Agriculture	เกษตรกรรม
Âne	ลา
Bison	กระทิง
Champ	สนาม
Chat	แมว
Cheval	ม้า
Chèvre	แพะ
Chien	หมา
Clôture	รั้ว
Corbeau	อีกา
Eau	น้ำ
Engrais	ปุ๋ย
Foin	ฟาง
Miel	น้ำผึ้ง
Poulet	ไก่
Riz	ข้าว
Troupeau	ฝูง
Vache	วัว
Veau	น่อง

Ferme #2
ฟาร์ม #2

Agneau	ลูกแกะ
Agriculteur	ชาวนา
Animaux	สัตว์
Berger	คนเลี้ยงแกะ
Blé	ข้าวสาลี
Canard	เป็ด
Fruit	ผลไม้
Grange	โรงนา
Irrigation	ชลประทาน
Lait	นม
Lama	ลามา
Légume	ผัก
Maïs	ข้าวโพด
Mouton	แกะ
Nourriture	อาหาร
Orge	บาร์เล่ย์
Pré	ทุ่งหญ้า
Ruche	รังผึ้ง
Tracteur	รถแทรกเตอร์
Verger	สวนผลไม้

Fleurs
ดอกไม้

Bouquet	ช่อดอกไม้
Gardénia	พุด
Hibiscus	ชบา
Jasmin	มะลิ
Lavande	ลาเวนเดอร์
Lilas	ม่วง
Lys	ลิลลี่
Magnolia	แมกโนเลีย
Marguerite	เดซี่
Orchidée	กล้วยไม้
Passiflore	เสาวรส
Pavot	ป๊อปปี้
Pétale	กลีบ
Pissenlit	แดนดิไลออน
Pivoine	โบตั๋น
Rose	กุหลาบ
Tournesol	ดอกทานตะวัน
Trèfle	โคลเวอร์
Tulipe	ทิวลิป

Forêt Tropicale
ป่าฝน

Botanique	พฤกษศาสตร์
Climat	ภูมิอากาศ
Communauté	ชุมชน
Diversité	ความหลากหลาย
Espèce	สายพันธุ์
Indigène	ชนพื้นเมือง
Insectes	แมลง
Jungle	ป่า
Mousse	มอสส์
Nature	ธรรมชาติ
Nuage	เมฆ
Oiseaux	นก
Précieux	มีค่า
Préservation	การถนอม
Refuge	ที่หลบภัย
Respect	เคารพ
Restauration	การฟื้นฟู
Survie	การอยู่รอด

Fournitures d'Art
อุปกรณ์ศิลปะ

Acrylique	อะคริลิค
Aquarelles	สีน้ำ
Argile	เคลย์
Brosses	แปรง
Caméra	กล้อง
Chaise	เก้าอี้
Charbon	ถ่าน
Chevalet	ขาตั้ง
Colle	กาว
Couleurs	สี
Crayons	ดินสอ
Eau	น้ำ
Encre	หมึก
Gomme	ยางลบ
Huile	น้ำมัน
Idées	ไอเดีย
Papier	กระดาษ
Pastels	พาส
Table	โต๊ะ

Fruit
ผลไม้

Abricot	แอปริคอท
Ananas	สัปปะรด
Avocat	อาโวคาโด
Baie	เบอร์รี่
Banane	กล้วย
Cerise	เชอร์รี่
Citron	มะนาว
Figue	มะเดื่อ
Framboise	ราสเบอร์รี่
Goyave	ฝรั่ง
Kiwi	กีวี่
Mangue	มะม่วง
Melon	เมลอน
Nectarine	เนคทารีน
Orange	ส้ม
Papaye	มะละกอ
Pêche	พีช
Poire	ลูกแพร์
Pomme	แอปเปิ้ล
Raisin	องุ่น

Géographie
ภูมิศาสตร์

Altitude	ระดับความสูง
Atlas	แอตลาส
Carte	แผนที่
Continent	ทวีป
Fleuve	แม่น้ำ
Hémisphère	ซีกโลก
Île	เกาะ
Latitude	ละติจูด
Mer	ทะเล
Méridien	เมอริเดียน
Monde	โลก
Montagne	ภูเขา
Nord	ทิศเหนือ
Océan	มหาสมุทร
Ouest	ตะวันตก
Pays	ประเทศ
Région	ภาค
Sud	ใต้
Territoire	อาณาเขต
Ville	เมือง

Géologie
ธรณีวิทยา

Acide	กรด
Calcium	แคลเซียม
Caverne	ถ้ำ
Continent	ทวีป
Corail	ปะการัง
Couche	ชั้น
Cristaux	คริสตัล
Érosion	ร่อน
Fondu	เหลว
Fossile	ฟอสซิล
Geyser	ไกเซอร์
Lave	ลาวา
Minéraux	แร่ธาตุ
Pierre	หิน
Plateau	ที่ราบสูง
Quartz	ควอทซ์
Sel	เกลือ
Stalactite	หินย้อย
Volcan	ภูเขาไฟ
Zone	โซน

Herboristerie
ยาสมุนไพร

Ail	กระเทียม
Aromatique	หอม
Basilic	โหระพา
Bénéfique	เป็นประโยชน์
Culinaire	การทำอาหาร
Estragon	ทาร์รากอน
Fenouil	เม็ดยี่หร่า
Fleur	ดอกไม้
Ingrédient	ส่วนผสม
Jardin	สวน
Lavande	ลาเวนเดอร์
Marjolaine	มาร์โจแรม
Menthe	มินต์
Persil	ผักชีฝรั่ง
Qualité	คุณภาพ
Romarin	โรสแมรี่
Safran	หญ้าฝรั่น
Saveur	รสชาติ
Thym	ไธม์
Vert	เขียว

Insectes
แมลง

Abeille	ผึ้ง
Cafard	แมลงสาบ
Cigale	จักจั่น
Coccinelle	เต่าทอง
Criquet	ปาทังกา
Fourmi	มด
Frelon	แตน
Guêpe	ต่อ
Larve	ตัวอ่อน
Libellule	แมลงปอ
Mante	กงแตนแตน
Moustique	ยุง
Papillon	ผีเสื้อ
Puce	เห็บ
Puceron	เพลี้ย
Sauterelle	ตั๊กแตน
Scarabée	ด้วง
Termite	ปลวก
Ver	หนอน

Instruments de Musique
เครื่องดนตรี

Banjo	แบนโจ
Basson	ปี่บาสซูน
Carillons	ตีระฆัง
Clarinette	คลาริเน็ต
Flûte	ขลุ่ย
Gong	ฆ้อง
Guitare	กีตาร์
Harmonica	ฮาร์โมนิก้า
Harpe	ฮาร์ป
Hautbois	โอโบ
Mandoline	แมนโดลิน
Marimba	มาริมบา
Piano	เปียโน
Saxophone	แซกโซโฟน
Tambour	กลอง
Tambourin	แทมบูรีน
Trombone	ทรอมโบน
Trompette	แตร
Violon	ไวโอลิน
Violoncelle	เชลโล

Jardin
สวนหย่อม

Arbre	ต้นไม้
Banc	ม้านั่ง
Buisson	บุช
Clôture	รั้ว
Étang	บ่อน้ำ
Fleur	ดอกไม้
Garage	โรงรถ
Hamac	เปลญวน
Herbe	หญ้า
Jardin	สวน
Mauvaises Herbes	วัชพืช
Pelle	พลั่ว
Pelouse	สนามหญ้า
Porche	ระเบียง
Râteau	คราด
Sol	ดิน
Terrasse	ชานบ้าน
Trampoline	แทรมโพลีน
Tuyau	ท่อ
Verger	สวนผลไม้

Jouets
ของเล่น

Argile	เคลย์
Artisanat	งานฝีมือ
Avion	เครื่องบิน
Balle	ลูกบอล
Bateau	เรือ
Camion	รถบรรทุก
Cerf-Volant	ว่าว
Échecs	หมากรุก
Favori	ที่ชื่นชอบ
Imagination	จินตนาการ
Jeux	เกม
Livres	หนังสือ
Peinture	สี
Poupée	ตุ๊กตา
Puzzle	ปริศนา
Robot	หุ่นยนต์
Tambours	กลอง
Train	รถไฟ
Vélo	จักรยาน
Voiture	รถ

Jours et Mois
วันและเดือน

Août	สิงหาคม
Avril	เมษายน
Calendrier	ปฏิทิน
Dimanche	วันอาทิตย์
Février	กุมภาพันธ์
Janvier	มกราคม
Jeudi	วันพฤหัสบดี
Juillet	กรกฎาคม
Juin	มิถุนายน
Lundi	วันจันทร์
Mardi	วันอังคาร
Mars	มีนาคม
Mercredi	วันพุธ
Mois	เดือน
Novembre	พฤศจิกายน
Octobre	ตุลาคม
Samedi	วันเสาร์
Semaine	สัปดาห์
Septembre	กันยายน
Vendredi	วันศุกร์

Les Abeilles
ผึ้ง

Ailes	ปีก
Bénéfique	เป็นประโยชน์
Cire	ขี้ผึ้ง
Diversité	ความหลากหลาย
Essaim	ฝูง
Écosystème	ระบบนิเวศ
Fleur	ดอก
Fleurs	ดอกไม้
Fruit	ผลไม้
Fumée	ควัน
Habitat	ที่อยู่อาศัย
Insecte	แมลง
Jardin	สวน
Miel	น้ำผึ้ง
Nourriture	อาหาร
Plantes	พืช
Pollen	เรณู
Reine	ควีน
Ruche	รัง
Soleil	ดวงอาทิตย์

Légumes
ผักสด

Ail	กระเทียม
Artichaut	อาติโช๊ค
Aubergine	มะเขือ
Brocoli	บรอกโคลี
Carotte	แครอท
Céleri	ขึ้นฉ่าย
Champignon	เห็ด
Citrouille	ฟักทอง
Concombre	แตงกวา
Échalote	หอม
Épinard	ผักโขม
Gingembre	ขิง
Navet	หัวผักกาด
Oignon	หัวหอม
Olive	มะกอก
Persil	ผักชีฝรั่ง
Pois	ถั่ว
Radis	หัวไชเท้า
Salade	สลัด
Tomate	มะเขือเทศ

Littérature
วรรณกรรม

Analogie	อะนาล็อก
Analyse	การวิเคราะห์
Auteur	ผู้เขียน
Biographie	ชีวประวัติ
Conclusion	บทสรุป
Description	ลักษณะ
Dialogue	บทพูด
Genre	ประเภท
Métaphore	คำอุปมา
Narrateur	ผู้บรรยาย
Narratif	เรื่องเล่า
Opinion	ความเห็น
Poème	กลอน
Poétique	บทกวี
Rime	สัมผัส
Roman	นิยาย
Rythme	จังหวะ
Style	รูปแบบ
Thème	ธีม
Tragédie	โศกนาฏกรรม

Livres
หนังสือ

Auteur	ผู้เขียน
Aventure	การผจญภัย
Collection	ชุด
Contexte	บริบท
Dualité	ความเป็นคู่
Écrit	เขียน
Épique	มหากาพย์
Histoire	เรื่องราว
Historique	ประวัติศาสตร์
Humoristique	ตลก
Inventif	ประดิษฐ์
Lecteur	ผู้อ่าน
Littéraire	วรรณกรรม
Narrateur	ผู้บรรยาย
Page	หน้า
Pertinent	ที่เกี่ยวข้อง
Poème	กลอน
Poésie	บทกวี
Roman	นิยาย
Tragique	อนาถ

Maison
บ้าน

Balai	ไม้กวาด
Bibliothèque	ห้องสมุด
Chambre	ห้อง
Cheminée	เตาผิง
Clés	คีย์
Clôture	รั้ว
Cuisine	ครัว
Douche	อาบน้ำ
Fenêtre	หน้าต่าง
Garage	โรงรถ
Grenier	ห้องใต้หลังคา
Jardin	สวน
Lampe	โคมไฟ
Miroir	กระจก
Mur	ผนัง
Plafond	เพดาน
Porte	ประตู
Rideaux	ผ้าม่าน
Tapis	พรม
Toit	หลังคา

Mammifères
สัตว์เลี้ยงลูกด้วยนม

Baleine	วาฬ
Chat	แมว
Cheval	ม้า
Chien	หมา
Coyote	โคโยตี้
Dauphin	ปลาโลมา
Éléphant	ช้าง
Girafe	ยีราฟ
Gorille	กอริลลา
Kangourou	จิงโจ้
Lapin	กระต่าย
Lion	สิงโต
Loup	หมาป่า
Mouton	แกะ
Ours	หมี
Renard	ฟ็อกซ์
Singe	ลิง
Taureau	โค
Tigre	เสือ
Zèbre	ม้าลาย

Mathématiques
คณิตศาสตร์

Angles	มุม
Arithmétique	เลขคณิต
Circonférence	เส้นรอบวง
Degrés	องศา
Décimal	ทศนิยม
Division	แผนก
Exposant	ตัวแทน
Équation	สมการ
Fraction	เศษส่วน
Géométrie	เรขาคณิต
Nombres	หมายเลข
Parallèle	ขนาน
Perpendiculaire	ตั้งฉาก
Périmètre	ขอบ
Rayon	รัศมี
Somme	รวม
Symétrie	สมมาตร
Triangle	สามเหลี่ยม
Volume	ระดับเสียง

Mesures
การวัด

Centimètre	เซนติเมตร
Degré	องศา
Décimal	ทศนิยม
Gramme	กรัม
Hauteur	ความสูง
Kilogramme	กิโลกรัม
Kilomètre	กิโลเมตร
Largeur	ความกว้าง
Litre	ลิตร
Longueur	ความยาว
Masse	มวล
Mètre	เมตร
Minute	นาที
Octet	ไบต์
Once	ออนซ์
Poids	น้ำหนัก
Pouce	นิ้ว
Profondeur	ความลึก
Tonne	ตัน
Volume	ระดับเสียง

Meubles
เฟอร์นิเจอร์

Armoire	อาร์มัวร์
Banc	ม้านั่ง
Bibliothèque	ตู้หนังสือ
Bureau	โต๊ะ
Canapé	โซฟา
Chaise	เก้าอี้
Coussins	หมอนอิง
Étagères	ชั้นวาง
Futon	ฟูก
Hamac	เปลญวน
Lampe	โคมไฟ
Lit	เตียง
Matelas	ที่นอน
Miroir	กระจก
Oreiller	หมอน
Rideaux	ผ้าม่าน
Tapis	พรม

Méditation
การทำสมาธิ

Acceptation	การยอมรับ
Attention	ความสนใจ
Calme	สงบ
Clarté	ความชัดเจน
Esprit	ใจ
Émotions	อารมณ์
Éveillé	ตื่น
Gentillesse	ความเมตตา
Gratitude	ความกตัญญู
Habitudes	นิสัย
Mental	จิต
Mouvement	การเคลื่อนไหว
Musique	ดนตรี
Nature	ธรรมชาติ
Observation	การสังเกต
Paix	สันติภาพ
Perspective	มุมมอง
Posture	ท่าทาง
Respiration	การหายใจ
Silence	ความเงียบ

Météo
สภาพอากาศ

Arc-En-Ciel	สายรุ้ง
Atmosphère	บรรยากาศ
Brise	บรีซ
Brouillard	หมอก
Ciel	ท้องฟ้า
Climat	สภาพอากาศ
Glace	น้ำแข็ง
Inondation	น้ำท่วม
Mousson	มรสุม
Nuage	คลาวด์
Ouragan	พายุเฮอริเคน
Polaire	โพลาร์
Sec	แห้ง
Sécheresse	แล้ง
Température	อุณหภูมิ
Tempête	พายุ
Tonnerre	ฟ้าร้อง
Tornade	พายุทอร์นาโด
Tropical	เขตร้อน
Vent	ลม

Mythologie
ตำนานเทพนิยาย

Archétype	ต้นแบบ
Catastrophe	ภัยพิบัติ
Comportement	พฤติกรรม
Création	การสร้าง
Créature	สิ่งมีชีวิต
Croyances	ความเชื่อ
Culture	วัฒนธรรม
Éclair	ฟ้าผ่า
Force	แรง
Guerrier	นักรบ
Héros	ฮีโร่
Immortalité	อมตภาพ
Jalousie	ความหึงหวง
Labyrinthe	เขาวงกต
Légende	ตำนาน
Magique	วิเศษ
Monstre	สัตว์ประหลาด
Mortel	ยแร
Tonnerre	ฟ้าร้อง
Vengeance	แก้แค้น

Nature
ธรรมชาติ

Abeilles	ผึ้ง
Abri	ที่หลบภัย
Animaux	สัตว์
Arctique	อาร์กติก
Beauté	ความงาม
Brouillard	หมอก
Désert	ทะเลทราย
Dynamique	พลวัต
Érosion	ร่อน
Falaises	หน้าผา
Feuillage	ใบไม้
Fleuve	แม่น้ำ
Forêt	ป่า
Glacier	ธารน้ำแข็ง
Montagnes	ภูเขา
Nuage	เมฆ
Paisible	สงบ
Serein	นิ่ง
Tropical	เขตร้อน
Vital	สำคัญมาก

Nombres
ตัวเลข

Cinq	ห้า
Deux	สอง
Décimal	ทศนิยม
Dix	สิบ
Dix-Huit	สิบแปด
Dix-Neuf	สิบเก้า
Dix-Sept	สิบเจ็ด
Douze	สิบสอง
Huit	แปด
Neuf	เก้า
Quatorze	สิบสี่
Quatre	สี่
Quinze	สิบห้า
Seize	สิบหก
Sept	เจ็ด
Six	หก
Treize	สิบสาม
Trois	สาม
Vingt	ยี่สิบ
Zéro	ศูนย์

Nourriture #1
อาหาร #1

Abricot	แอปริคอท
Ail	กระเทียม
Basilic	โหระพา
Café	กาแฟ
Cannelle	อบเชย
Carotte	แครอท
Citron	มะนาว
Épinard	ผักโขม
Jus	น้ำผลไม้
Lait	นม
Navet	หัวผักกาด
Oignon	หัวหอม
Orge	บาร์เลย์
Poire	ลูกแพร์
Salade	สลัด
Sel	เกลือ
Soupe	ซุป
Sucre	น้ำตาล
Thon	ทูน่า
Viande	เนื้อ

Nourriture #2
อาหาร #2

Amande	อัลมอนด์
Aubergine	มะเขือ
Banane	กล้วย
Blé	ข้าวสาลี
Brocoli	บรอกโคลี
Cerise	เชอร์รี่
Céleri	ขึ้นฉ่าย
Champignon	เห็ด
Chocolat	ช็อคโกแลต
Jambon	แฮม
Kiwi	กีวี่
Mangue	มะม่วง
Oeuf	ไข่
Pain	ขนมปัง
Poisson	ปลา
Pomme	แอปเปิ้ล
Poulet	ไก่
Raisin	องุ่น
Riz	ข้าว
Tomate	มะเขือเทศ

Nutrition
โภชนาการ

Amer	ขม
Appétit	ความกระหาย
Calories	แคลอรี่
Comestible	กินได้
Diète	อาหาร
Digestion	การย่อย
Épices	เครื่องเทศ
Équilibré	สมดุล
Fermentation	การหมัก
Glucides	คาร์โบไฮเดรต
Liquides	ของเหลว
Poids	น้ำหนัก
Protéines	โปรตีน
Qualité	คุณภาพ
Sain	แข็งแรง
Santé	สุขภาพ
Sauce	ซอส
Saveur	รสชาติ
Toxine	พิษ
Vitamine	วิตามิน

Océan
มหาสมุทร

Anguille	ปลาไหล
Baleine	วาฬ
Bateau	เรือ
Corail	ปะการัง
Crabe	ปู
Crevette	กุ้ง
Dauphin	ปลาโลมา
Éponge	ฟองน้ำ
Huître	หอยนางรม
Marées	น้ำขึ้นน้ำลง
Méduse	แมงกะพรุน
Poisson	ปลา
Poulpe	ปลาหมึกยักษ์
Requin	ฉลาม
Récif	รีฟ
Sel	เกลือ
Tempête	พายุ
Thon	ทูน่า
Tortue	เต่า
Vagues	คลื่น

Oiseaux
นก

Aigle	อินทรี
Autruche	นกกระจอกเทศ
Canard	เป็ด
Cigogne	นกกระสา
Colombe	นกพิราบ
Corbeau	อีกา
Coucou	นกกาเหว่า
Cygne	หงส์
Flamant	ฟลามิงโก
Héron	กระสา
Manchot	เพนกวิน
Moineau	กระจอก
Mouette	นางนวล
Oeuf	ไข่
Oie	ห่าน
Paon	นกยูง
Perroquet	นกแก้ว
Pélican	นกกระทุง
Poulet	ไก่
Toucan	ทูแคน

Outils
เครื่องมือ

Câble	สายเคเบิล
Ciseaux	กรรไกร
Colle	กาว
Corde	เชือก
Couteau	มีด
Échelle	บันได
Hache	ขวาน
Maillet	ตะลุมพุก
Marteau	ค้อน
Pelle	พลั่ว
Pinces	คีม
Rasoir	มีดโกน
Règle	ไม้บรรทัด
Roue	ล้อ
Torche	คบเพลิง
Vis	สกรู

Pays #2
ประเทศ #2

Albanie	แอลเบเนีย
Chine	จีน
Danemark	เดนมาร์ก
France	ฝรั่งเศส
Haïti	เฮติ
Indonésie	อินโดนีเซีย
Irlande	ไอร์แลนด์
Jamaïque	จาไมก้า
Japon	ญี่ปุ่น
Kenya	เคนยา
Laos	ลาว
Liban	เลบานอน
Mexique	เม็กซิโก
Ouganda	ยูกันดา
Pakistan	ปากีสถาน
Russie	รัสเซีย
Somalie	โซมาเลีย
Soudan	ซูดาน
Syrie	ซีเรีย
Ukraine	ยูเครน

Paysages
ทิวทัศน์

Cascade	น้ำตก
Colline	เนินเขา
Désert	ทะเลทราย
Estuaire	ปากน้ำ
Fleuve	แม่น้ำ
Geyser	ไกเซอร์
Glacier	ธารน้ำแข็ง
Grotte	ถ้ำ
Iceberg	ภูเขาน้ำแข็ง
Île	เกาะ
Lac	ทะเลสาบ
Marais	บึง
Mer	ทะเล
Montagne	ภูเขา
Oasis	โอเอซิส
Péninsule	คาบสมุทร
Plage	ชายหาด
Toundra	ทุนดรา
Vallée	หุบเขา
Volcan	ภูเขาไฟ

Pêche
ตกปลา

Appât	เหยื่อ
Bateau	เรือ
Branchies	เหงือก
Crochet	ตะขอ
Cuire	ทำอาหาร
Eau	น้ำ
Équipement	อุปกรณ์
Fil	ลวด
Fleuve	แม่น้ำ
Lac	ทะเลสาบ
Mâchoire	ขากรรไกร
Océan	มหาสมุทร
Panier	ตะกร้า
Patience	ความอดทน
Plage	ชายหาด
Poids	น้ำหนัก
Saison	ฤดู

Pirates
โจรสลัด

Ancre	สมอ
Aventure	การผจญภัย
Capitaine	กัปตัน
Carte	แผนที่
Cicatrice	แผลเป็น
Danger	อันตราย
Drapeau	ธง
Épée	ดาบ
Équipage	ลูกเรือ
Grotte	ถ้ำ
Île	เกาะ
Légende	ตำนาน
Mauvais	แย่
Océan	มหาสมุทร
Or	ทอง
Perroquet	นกแก้ว
Pièces	เหรียญ
Plage	ชายหาด
Rhum	รัม
Trésor	สมบัติ

Plage
ชายหาด

Bateau	เรือ
Bleu	สีน้ำเงิน
Côte	ชายฝั่ง
Crabe	ปู
Dock	ท่าเรือ
Île	เกาะ
Lagune	ลากูน
Mer	ทะเล
Océan	มหาสมุทร
Parapluie	ร่ม
Récif	รีฟ
Sable	ทราย
Sandales	รองเท้าแตะ
Serviette	ผ้าขนหนู
Soleil	ดวงอาทิตย์
Vacances	วันหยุด
Voilier	เรือใบ

Plantes
พืช

Arbre	ต้นไม้
Baie	เบอร์รี่
Bambou	ไม้ไผ่
Botanique	พฤกษศาสตร์
Buisson	บุช
Cactus	กระบองเพชร
Engrais	ปุ๋ย
Feuillage	ใบไม้
Fleur	ดอกไม้
Flore	ฟลอรา
Forêt	ป่า
Grandir	เติบโต
Haricot	ถั่ว
Herbe	หญ้า
Jardin	สวน
Lierre	ไอวี่
Mousse	มอสส์
Pétale	กลีบ
Racine	ราก
Végétation	พืช

Professions #1
วิชาชีพ #1

Ambassadeur	เอกอัครราชทูต
Artiste	ศิลปิน
Astronome	นักดาราศาสตร์
Avocat	ทนายความ
Banquier	นายธนาคาร
Bijoutier	อัญมณี
Chasseur	ฮันเตอร์
Comptable	นักบัญชี
Danseur	นักเต้น
Entraîneur	โค้ช
Éditeur	บรรณาธิการ
Géologue	นักธรณีวิทยา
Infirmière	พยาบาล
Médecin	หมอ
Musicien	นักดนตรี
Pianiste	นักเปียโน
Plombier	ช่างประปา
Pompier	ดับเพลิง
Psychologue	นักจิตวิทยา
Vétérinaire	สัตวแพทย์

Professions #2
วิชาชีพ #2

Astronaute	นักบินอวกาศ
Bibliothécaire	บรรณารักษ์
Biologiste	นักชีววิทยา
Chercheur	นักวิจัย
Chirurgien	ศัลยแพทย์
Dentiste	ทันตแพทย์
Détective	นักสืบ
Enquêteur	ผู้สอบสวน
Enseignant	ครู
Ingénieur	วิศวกร
Inventeur	นักประดิษฐ์
Jardinier	คนสวน
Journaliste	นักข่าว
Linguiste	นักภาษาศาสตร์
Médecin	แพทย์
Peintre	จิตรกร
Philosophe	นักปรัชญา
Photographe	ช่างภาพ
Pilote	นักบิน
Zoologiste	นักสัตววิทยา

Randonnée
เดินป่า

Animaux	สัตว์
Bottes	รองเท้าบูท
Carte	แผนที่
Climat	ภูมิอากาศ
Dangers	อันตราย
Eau	น้ำ
Falaise	หน้าผา
Fatigué	เหนื่อย
Guides	คำแนะนำ
Lourd	หนัก
Météo	สภาพอากาศ
Montagne	ภูเขา
Moustiques	ยุง
Nature	ธรรมชาติ
Orientation	ปฐมนิเทศ
Pierres	หิน
Préparation	การตระเตรียม
Sauvage	ป่า
Soleil	ดวงอาทิตย์

Remplir
เพื่อเติมเต็ม

Baignoire	อ่างอาบน้ำ
Baril	บาร์เรล
Bassin	อ่าง
Boîte	กล่อง
Bouteille	ขวด
Caisse	ลัง
Carton	กล่องกระดาษ
Dossier	โฟลเดอร์
Enveloppe	ซองจดหมาย
Panier	ตะกร้า
Paquet	ห่อ
Plateau	ถาด
Poche	กระเป๋า
Sac	ถุง
Seau	ถัง
Tiroir	ลิ้นชัก
Tube	หลอด
Vase	แจกัน

Restaurant #1
ร้านอาหาร #1

Allergie	ภูมิแพ้
Assiette	จาน
Bol	ชาม
Café	กาแฟ
Caissier	แคชเชียร์
Couteau	มีด
Cuisine	ครัว
Dessert	ขนม
Épicé	เผ็ด
Ingrédients	ส่วนผสม
Menu	เมนู
Nourriture	อาหาร
Pain	ขนมปัง
Poulet	ไก่
Réservation	การจอง
Sauce	ซอส
Serveuse	พนักงานเสิร์ฟ
Serviette	ผ้าเช็ดปาก
Viande	เนื้อ

Restaurant #2
ร้านอาหาร #2

Boisson	เครื่องดื่ม
Chaise	เก้าอี้
Cuillère	ช้อน
Déjeuner	อาหารกลางวัน
Délicieux	อร่อย
Dîner	อาหารเย็น
Eau	น้ำ
Épices	เครื่องเทศ
Fourchette	ส้อม
Fruit	ผลไม้
Gâteau	เค้ก
Glace	น้ำแข็ง
Légumes	ผัก
Nouilles	ก๋วยเตี๋ยว
Oeuf	ไข่
Poisson	ปลา
Salade	สลัด
Sel	เกลือ
Serveur	บริกร
Soupe	ซุป

Science
วิทยาศาสตร์

Atome	อะตอม
Chimique	เคมี
Climat	ภูมิอากาศ
Données	ข้อมูล
Expérience	การทดลอง
Évolution	วิวัฒนาการ
Fait	ข้อเท็จจริง
Fossile	ฟอสซิล
Gravité	แรงโน้มถ่วง
Hypothèse	สมมติฐาน
Méthode	วิธี
Minéraux	แร่ธาตุ
Molécules	โมเลกุล
Nature	ธรรมชาติ
Observation	การสังเกต
Organisme	สิ่งมีชีวิต
Particules	อนุภาค
Physique	ฟิสิกส์
Plantes	พืช

Science-Fiction
นิยายวิทยาศาสตร์

Atomique	อะตอม
Cinéma	โรงภาพยนตร์
Dystopie	ดิสโทเปีย
Explosion	การระเบิด
Extrême	สุดขีด
Fantastique	มหัศจรรย์
Feu	ไฟ
Futuriste	อนาคต
Galaxie	กาแลกซี่
Illusion	ภาพลวงตา
Imaginaire	เพ้อฝัน
Livres	หนังสือ
Monde	โลก
Mystérieux	ลึกลับ
Oracle	สิทธิ์
Planète	ดาวเคราะห์
Robots	หุ่นยนต์
Scénario	สถานการณ์
Technologie	เทคโนโลยี
Utopie	ยูโทเปีย

Sports
กีฬา

Arbitre	ผู้ตัดสิน
Athlète	นักกีฬา
Base-Ball	เบสบอล
Basket-Ball	บาสเกตบอล
Championnat	ชิงแชมป์
Entraîneur	โค้ช
Équipe	ทีม
Gagnant	ผู้ชนะ
Golf	กอล์ฟ
Gymnase	โรงยิม
Gymnastique	ยิมนาสติก
Hockey	ฮอกกี้
Jeu	เกม
Joueur	ผู้เล่น
Mouvement	การเคลื่อนไหว
Stade	สนามกีฬา
Tennis	เทนนิส
Vélo	จักรยาน

Surf
โต้คลื่น

Amusement	สนุก
Athlète	นักกีฬา
Champion	แชมป์
Débutant	มือใหม่
Estomac	ท้อง
Extrême	สุดขีด
Force	แรง
Foules	ฝูงชน
Météo	สภาพอากาศ
Mousse	โฟม
Océan	มหาสมุทร
Plage	ชายหาด
Populaire	เป็นที่นิยม
Récif	รีฟ
Style	รูปแบบ
Vague	คลื่น
Vitesse	ความเร็ว

Technologie
เทคโนโลยี

Affichage	แสดง
Blog	บล็อก
Caméra	กล้อง
Curseur	เคอร์เซอร์
Données	ข้อมูล
Écran	หน้าจอ
Fichier	ไฟล์
Internet	อินเทอร์เน็ต
Logiciel	ซอฟต์แวร์
Message	ข้อความ
Navigateur	เบราว์เซอร์
Numérique	ดิจิทัล
Octets	ไบต์
Ordinateur	คอมพิวเตอร์
Police	แบบอักษร
Recherche	วิจัย
Sécurité	ความปลอดภัย
Statistiques	สถิติ
Virtuel	เสมือน
Virus	ไวรัส

Temps
เวลา

Année	ปี
Annuel	ประจำปี
Après	หลังจาก
Avant	ก่อน
Bientôt	ในไม่ช้า
Calendrier	ปฏิทิน
Décennie	ทศวรรษ
Futur	อนาคต
Heure	ชั่วโมง
Hier	เมื่อวาน
Horloge	นาฬิกา
Jour	วัน
Maintenant	ตอนนี้
Matin	เช้า
Midi	เที่ยง
Minute	นาที
Mois	เดือน
Nuit	กลางคืน
Semaine	สัปดาห์
Siècle	ศตวรรษ

Types de Cheveux
ประเภทผม

Argent	เงิน
Blanc	ขาว
Blond	สีบลอนด์
Brillant	เงา
Chauve	หัวล้าน
Coloré	สี
Court	สั้น
Doux	อ่อนนุ่ม
Épais	หนา
Frisé	หยิก
Gris	สีเทา
Long	ยาว
Marron	สีน้ำตาล
Mince	บาง
Noir	สีดำ
Ondulé	หยัก
Sain	แข็งแรง
Sec	แห้ง
Tresses	ถักเปีย
Tressé	ถัก

Vacances #2
วันหยุด #2

Aéroport	สนามบิน
Carte	แผนที่
Destination	ปลายทาง
Étranger	ชาวต่างชาติ
Hôtel	โรงแรม
Île	เกาะ
Loisir	เวลาว่าง
Mer	ทะเล
Montagnes	ภูเขา
Photos	ภาพถ่าย
Plage	ชายหาด
Restaurant	ร้านอาหาร
Réservations	จอง
Taxi	แท็กซี่
Tente	เต็นท์
Train	รถไฟ
Transport	การขนส่ง
Vacances	วันหยุด
Visa	วีซ่า
Voyage	การเดินทาง

Véhicules
ยานพาหนะ

Ambulance	รถพยาบาล
Avion	เครื่องบิน
Bateau	เรือ
Bus	รถเมล์
Camion	รถบรรทุก
Caravane	คาราวาน
Ferry	เรือข้ามฟาก
Fusée	จรวด
Hélicoptère	เฮลิคอปเตอร์
Métro	รถไฟใต้ดิน
Moteur	เครื่องยนต์
Navette	กระสวย
Pneus	ยาง
Radeau	แพ
Scooter	สกู๊ตเตอร์
Sous-Marin	เรือดำน้ำ
Taxi	แท็กซี่
Tracteur	รถแทรกเตอร์
Vélo	จักรยาน
Voiture	รถ

Vêtements
เสื้อผ้า

Bracelet	สร้อยข้อมือ
Ceinture	เข็มขัด
Chapeau	หมวก
Chaussettes	ถุงเท้า
Chaussure	รองเท้า
Chemise	เสื้อ
Collier	สร้อยคอ
Foulard	ผ้าพันคอ
Gants	ถุงมือ
Jeans	ยีนส์
Jupe	กระโปรง
Manteau	เสื้อโค้ท
Mode	แฟชั่น
Pantalon	กางเกง
Pull	เสื้อคลุม
Pyjama	ชุดนอน
Robe	ชุด
Sandales	รองเท้าแตะ
Tablier	ผ้ากันเปื้อน
Veste	แจ็คเก็ต

Ville
เมือง

Aéroport	สนามบิน
Banque	ธนาคาร
Bibliothèque	ห้องสมุด
Boulangerie	เบเกอรี่
Café	คาเฟ่
Cinéma	โรงภาพยนตร์
Clinique	คลินิก
École	โรงเรียน
Fleuriste	ดอกไม้ดี
Galerie	แกลเลอรี่
Hôtel	โรงแรม
Librairie	ร้านหนังสือ
Marché	ตลาด
Musée	พิพิธภัณฑ์
Pharmacie	ร้านขายยา
Restaurant	ร้านอาหาร
Stade	สนามกีฬา
Théâtre	โรงละคร
Université	มหาวิทยาลัย
Zoo	สวนสัตว์

Félicitations

Vous avez réussi !

Nous espérons que vous avez apprécié ce livre autant que nous avons pris plaisir à le concevoir. Nous faisons de notre mieux pour créer des livres de la meilleure qualité possible.
Cette édition est conçue pour permettre un apprentissage intelligent et de qualité en se divertissant !

Vous avez aimé ce livre ?

Une Simple Demande

Nos livres existent grâce aux avis que vous publiez. Pourriez-vous nous aider en laissant un avis maintenant ?

Voici un lien rapide qui vous mènera à votre
page d'évaluation de vos commandes :

BestBooksActivity.com/Avis50

CHALLENGE FINAL !

Défi n°1

Êtes-vous prêt pour votre jeu bonus ? Nous les utilisons tout le temps mais ils ne sont pas si faciles à trouver. Voici les **Synonymes** !

Notez 5 mots que vous avez trouvés dans les puzzles notés ci-dessous (n°21, n°36, n°76) et essayez de trouver 2 synonymes pour chaque mot.

Notez 5 Mots du **Puzzle 21**

Mots	Synonyme 1	Synonyme 2

Notez 5 Mots du **Puzzle 36**

Mots	Synonyme 1	Synonyme 2

Notez 5 Mots du **Puzzle 76**

Mots	Synonyme 1	Synonyme 2

Défi n°2

Maintenant que vous vous êtes échauffé, notez 5 mots que vous avez découverts dans les Puzzles n° 9, n° 17, n° 25 et essayez de trouver 2 antonymes pour chaque mot. Combien pouvez-vous en trouver en 20 minutes ?

Notez 5 Mots du **Puzzle 9**

Mots	Antonyme 1	Antonyme 2

Notez 5 Mots du **Puzzle 17**

Mots	Antonyme 1	Antonyme 2

Notez 5 Mots du **Puzzle 25**

Mots	Antonyme 1	Antonyme 2

Défi n°3

Formidable ! Ce défi final  n'est rien pour vous.

Prêt pour le dernier défi ? Choisissez 10 mots que vous avez découverts parmi les différents puzzles et notez-les ci-dessous.

1.	6.
2.	7.
3.	8.
4.	9.
5.	10.

Maintenant, composez un texte en pensant à une personne, un animal ou un lieu que vous aimez !

Astuce: Vous pouvez utiliser la dernière page de ce livre comme brouillon !

Votre Composition :

CARNET DE NOTES :

À TRÈS BIENTÔT !

Toute l'équipe

www.ingramcontent.com/pod-product-compliance
Lightning Source LLC
Chambersburg PA
CBHW082210120626
46553CB00010B/3089